Waramutse mwiza ?

Amagambo afasha kwiyubaka

Ikindi gitabo cy'umwanditsi Zaha Boo

De l'autre côté de l'écran, Simbi,
(Les auteurs Libres, 2019 & Publication Indépendante, 2021)

Zaha Boo

Waramutse mwiza ?

Amagambo afasha kwiyubaka

Allyson-Grace
Ethan-Oliver
Bana banjye ndabakunda

Ndaguhaye iruta ndakuzirikana

Ibiri muri iki gitabo

Ijambo ry'ibanze

Nshuti, muvandimwe,

Urakoze gusoma iki gitabo nise "Waramutse mwiza ?".
Iki gitabo gikubiyemo ibitekerezo byafasha umuntu wese
ukeneye kubaka umutima we.

Iki gitabo ni icya bose : abasore, inkumi, abagore,
abagabo, ababyeyi, abasaza n'abakecuru. Ni icya buri
muntu wese wumva ashaka kwitekerezaho kugira ngo
azamuke mu ngamba afata zo kugira ubuzima bwiza
burangwa n'ubupfura no gushishoza. Ni icya buri wese
ukunda kunyurwa no gusoma ururimi rwiza rwacu
rw'ikinyarwanda.

Wowe ugiye gusoma kino gitabo, nkwifurije ko
kiguhindurira amateka, kikaguhishurira imbaraga ufite
muri wowe, ugatuza ukagira ubuzima bwiza.

Zaha Boo

Indamutso

Waramutse ?

Mwiza wanjye
Mwiza ushaka gutereka intimba
Mwiza ushaka gutuza mu mutima
Mwiza ushaka kwiyubaka binoze
Mwiza ushaka kubaho neza
Waramutse ?

Ndaje nzindutse
Nteganya kukuganiriza
Nkakubwira ibyo nzi
Bitari byinshi ntibibe bike
Bitari na byose
Ariko bikomeye
Kandi bihanitse
Ku mabanga y'ubuzima

Nje ntazi ibikuri
Ku mutima byose
Ibibi cyangwa ibyiza
Agahinda cyangwa ibyishimo
Ingorane uhura nazo
Inzitizi wishyiraho
N'izindi zigufatirana
Ariko ndashaka ko tujya inama

Nje nzi gusa
Ko urwana no kwiyubaka
Urwana n'ibigushuka
Urwana n'ibiguhungabanya
Kandi utinya gukora
Amahitamo akomeye

Nje nzi ko kandi
Ukeneye kwisana umutima
Ukeneye gushirika ubwoba
Ukeneye kwizamura
Ukeneye kuva mu bwigunge
Ukeneye gukabya inzozi zawe
Ukeneye kuba uwo ushaka kuba

Ibibazo uhura nabyo
Burya biguheranye nijoro
Mu gitondo ntubyuke
Nabura uwo mbwira
Nti waramutse ?
None rero nishimiye kugusuhuza
Mbaza nti mbese waramutse ?
Ndabikubaza n'ubwo mbibona
Ariko ndabikubaza nkomeje
Kuko mbikubazanya umutima ugukunda
Nkanabikubazanya ubwuzu ngufitiye

Sinshaka
Kumenya gusa
Niba ugihumeka
Ndashaka no kukubaza
Uko wabyutse umeze

Mu mutima wawe
Niba uhangayitse
Cyangwa utuje
Niba uhanganye n'agahinda
Cyangwa se ushagariwe n'ibyishimo
None rero waramutse ?
Waramutse neza mwiza ?
Waramukanye Imana ?
Ya yindi yirirwa ahandi
Igataha i Rwanda ?
Egera hino nkurebe neza

Kuki nawe
Wansubiza uti yego gusa
Kandi mu by'ukuri
Wihebye ?
Kuki utahita umbwira
Ko wibasiwe n'agahinda ?
Cyangwa se
Ko waramukanye umucyo udasanzwe
Ukansangiza ibinezaneza ufite
Tukagwana mu mbavu
Dususurutse ?

Uzi ko indamutso
Twayigize nk'indahiro
Tuyivuga duhinnye
Tukibagirwa yuko
Iba ivunnye
Ariko ibaza iby'ingenzi
Tukayikiriza uko na none

Aho gusubiza tuvuga uko tumeze
Uko twaraye n'uko twaramutse

Waramutse shenge ?
Ariko sinakurenganya
Kuvuga yego gusa
Burya mu muco wacu
Iyo umushyitsi akomanze
Ntitumwakirizanya amarangamutima
Mu marembo
Ndategereza buriya
N'ubwo mfite amashyushyu
Yo kumenya mu by'ukuri
Uko waramutse

Ubu uraba unsubije
Gusa ngo yego
Unyinjize iwawe
Ubanze unyakire
Twicarane twitonze
Maze tuganire.

Ndashimye

Ngaho urakoze mwiza
Kunyakira
Dore inkoni yanjye
Yibike aheza
Hatari kure kandi
Ntihabe hafi
Kuko sindara
Ariko ndatinda
Ndafata umwanya
Wo kukuganiriza
Maze unyurwe
Ususuruke

Ndafata urugendo
Izuba rirenze
Ariko burya n'iyo rirenze
Tujye tunamenya yuko
Riba rigiye
Guhinguka ahandi
No mu mitima yacu
Ni ko bigenda

Ndagushimye
Umpaye amazi

Inyota irashira
Reka nanjye nkuganirize
Kuko ngufitiye
Ubutumwa bukomeye

Reka nkubwire
Amagambo meza
Amagambo ahumuriza
Amagambo ahembura
Amagambo asetsa
Amagambo abohora
Amagambo ahanura.

Amabanga

Ubuzima bwawe

Agaciro k'ubuzima bwawe
Ntikagereranwa
Kandi ntikaguranwa
Amahitamo yawe
Ni yo abugenga
Amahirwe yo kubaho
Si aya twese
Ni yo mpamvu
Guhitamo neza ari ingenzi

Mwiza kwiyubaka
Nta ko bisa
Ariko biragora
Kandi bifata umwanya
Uwavuze ngo imbuto y'umugisha
Isoromwa ku giti cy'umuruho
Ntaho yakabije

Byinshi bizaza
Bize bigutota
Bize bigusenya
Binaguca n'intege
Uzabyitondere
Ubinyuremo neza

Hari igihe uziheba
Ukabona ntacyo
Ushoboye kwigezaho
Muri icyo gihe uzashaka
Aho upfunda umutwe
Ushake aho urebera Izuba
Urihishe intimba yawe
Buzajya bwira utinye umwijima
Ukwezi kugusekere
Wange kumwenyura
Inyenyeri zikumurikire
Wange kuzisubiza

Uzababara, ucike intege
Wumve byanakorohera kubaho
Nk'uko abandi bashaka ko ubaho
Ugata inzozi zawe
Ukarekura ibyifuzo byawe
Ugafata iby'abandi gusa
Ariko mu by'ukuri bizaba
Ari wo mwanya uzaba ukwiye
Umwanya mwiza
Umwanya ukomeye
Wo kwihindurira amateka

Ni cyo gihe uzaba ugomba
Kuba uwo uri we
Kuko ubushishozi uzahavana
Ubupfura uzahavana
Ubwenge uzahavana
Amateka uzahakorera

Bizakubera inkingi
Y'ubuzima bwawe bushya bwiza

Bizagusaba ubutwari bukomeye
Bizagusaba imbaraga zidasanzwe
Bizakunaniza kandi bizanakuvuna
Ariko bizakubaka
Mu buryo budasubirwamo.

Abandi

Abandi bahora bahinda
Banakubwira amagambo ahanda
Ibyo bagutekerezaho birabareba

Wihangayikishwa n'ibyo
Bakuvugaho
Mu gihe wowe wiyemeje
Kuba uwo uri we
Ntawe uhemukira
Cyangwa se utesha
Uburenganzira bwe

Amagambo yabo arakarishye
Mu mutima wabo harijimye
Uko barezwe
Ni cyo kibitera
Uko baziritswe
Ni cyo kibihuhura
Icyo wabihinduraho
Ni ntacyo

Bazagutamaza
Maze bagukwame
Bakurikije ibyo babujijwe

N'ibyo bateshejwe
Bakiri abana
Bazakugirira ishyari
Nibakubonaho ibyo ushoboye
Bo bananiwe
Aho kukwegera
Bakugisha inama
Bakuvuge nabi
Cyangwa se baguseke

Urajye ubima amatwi
Ukore nkaho utabona
Urwango bafite
Ni ko ukwiye kugenza
Abaguhisha ko bakwanga
Yewe n'ababikwereka
Ni rwo rubakwiye
Burya ngo uhisha mu nda
Imbwa ntimwiba

Umutimanama wawe
Ni wo ukugenga
Niba ibyo wahisemo
Ari byo ukubwira gukora
Ukaba unafite
Amahoro muri wowe
Ni cyo cya ngombwa.

Ibyo abandi bagutekerezaho birabareba.

Tinyuka

Mwiza ko mbona
Ufite ubwoba bwo kubaho
Uko ushaka ?
Egera hino
Nkwibarize

Ibiyaga byihishe Izuba
Ngo rizabyumisha, byabaho ?
Amashyamba se yihishe imvura
Ngo izayangiza, yabaho ?
Indabo zidashaka
Kubaho iminsi mike zabaho ?
Nawe se wihishe gukomereka umutima
Wabaho ?

Tinyuka kubaho, kuko ubwoba ntibushira
Bumwe burenga ubundi buhinguka

Kora ibyo wiyemeje
N'iyo waba ufite ubwoba
Ko nta musaruro bizatanga
Cyangwa se ko bizagenda nabi
Abandi bakaba banagukwama

Aba bose ubona hanze aha
Bashoboye gusoza neza
Imishinga yabo inyuranye
Si uko batari bafite ubwoba
Si uko bari bafite gihamya
Ko ibyo bateguye byose bizabahira
Reka da !

Hari abo imitima yatimbaguraga
Kurusha uwawe
Ibyuya bikanabarenga kubera ubwoba
Ariko bakanga bagatinyuka
Bizera ko bazagira amahirwe
Ibyo bari gukora bikagira icyo bitanga

Hari n'abandi babishoboye
Kandi wenda ubarusha
Ubumenyi mu byo uri gutinya gukora
Bateye imbere
Kubera ko batinyutse
Nawe rero tambuka

Tinyuka kubaho, kuko ubwoba ntibushira
Bumwe burenga ubundi buhinguka

Niba abandi baragize icyo bageraho
Ni uko batinyutse bakanitegura neza
Ahasigaye bakizera ko bizakunda
Ariko batazi neza uko byose bizagenda

Tinyuka unoze imishinga yawe
Iyo ari yo yose

Ejo utazasaza wicuza impamvu utagize
Ubutwari bwo kubaho uko ubyifuza

Tinyuka !
Kuko ubwoba ntibujya bushira
Bumwe burenga ubundi buhinguka
Kandi ngo utagira ubwoba ntagira n'ubwenge.

Baragusetse

Baragusetse ngo usubiye inyuma
Ngo akawe kashobotse
Ngo n'ubundi wari warihaye
Ibyo udashoboye

Barakwenkwenutse, sinakubwira
Ibyago byawe bibabereye ibyishimo
Babikoreye ibirori karahava

Wowe urababaye
Kandi ufite ikimwaro
Cyo kuba utarashoboye
Kunoza imihigo yawe
Nyamara wari wagerageje
Kuko bari bakuburiye baguca intege
Barakubwira ngo ntuzabishobora
Ngo kandi bizakubera impfabusa
Uranga ubima amatwi none biragupfanye

Tuza, mwiza
Kwiyubaka ni uguhozaho
Ntutekereze ko ubuze byose
Ahubwo wungutse byinshi
Mu bushishozi no mu bupfura

Bitege amaso ubirebe neza
Ibi bidashobotse
Byakunguye ubwenge
Ibi byakugoye
Byakunguye imyumvire y'ubuzima
Uzashobora kuririraho
Ugakora ibindi bibiruta

Abagusetse bareke baseke
Umutima wawe nutuze
Kandi wishime kuko
Uri intwari
Igihe uzaba usarura ibyiza
Mu bwitonzi n'uburere ufite
Ntuzibuka no kubacyurira

Baragusetse ariko bime amatwi
Bazaseka baruhe
Ibitwenge by'inkoko
Nta handi bishirira atari
Mu kwayura

Ongera utangire indi mishinga
Amasomo urayabonye
Ibyo utakoze neza uzabigorora
Ibyo utumvise neza
Uzabifatira igihe

Ongera wihe amahirwe
yo kwiteza imbere.

Igikomangoma

Mwiza wanyakiriye iwawe
Ndakureba nkabona ukwiye
Kwibera Igikomangoma cy'ubutwari
Kuko ni ho kwitekerezaho
Ukiyubaka
Bigenda bikujyana

Ibere Igikomangoma
Cy'ubuzima bwawe
Iyubahe, wikunde, wifate neza
Imenye, winoze hose

Ba intangarugero
Ba imfura, baho neza
Gira neza

Ibere Igikomangoma cy'ubugiraneza
Ibikorwa byawe biziranga
Kandi bazahora babivuga ibigwi

Ibere Igikomangoma
Cyubaha ubuzima bwacyo
Ntugahungabanye umubiri wawe
Ntugahungabanye umutima wawe

Mu byo ukora, mu byo uvuga
Mu byo urya cyangwa se unywa

Ntukihe rubanda ngo uhurure
Aho ryaremye hose
Ngo uhavugire, uhavugaguzwe
Uhatinde, uhatindahare
Uhahindire, uhiyandarike
Ibyo ubikoze
Waba witesha umwanya
Wo gukora ibikwiye
Umwanya wo kwiyubaka
Umwanya wo kwiberaho mu mahoro

Gira inshuti nazo zitwara
Nk'Ibikomangoma
Inshuti zijya inama zinoze
Inshuti z'intangarugero
Za zindi nziza zituma uzamuka
Haba mu bitekerezo
Cyangwa se mu mikorere

Umva wa Gikomangoma we
Boneraho unafasha n'abandi
Kugira ubuzima bwiza.

Umwana

Burya rero
Umwana aba muto ariko ntabe gito
Uzamwegere umugishe inama
Ariko uzitegure ko
Azagusubizanya ukuri gutangaje

Umva nawe azakubaza impamvu
Wananiwe kubaho neza
Ati kandi uri umuntu mukuru da !
Ibintu byose umwana aba abona
Ubifitiye uruhushya n'ubushobozi

Ntabwo aziyumvisha ukuntu ari wowe
Wibuza kubaho kandi ukabigirira
N'impamvu zidashyitse ngo ibi n'ibi byabaye
Ngo ibi n'ibi byakubangamiye
Ugahora utinya bikakubuza kwiteza imbere

Ntabwo azumva ukuntu
Hari ibintu bimwe ukora kandi ubyanga
Unafite n'ubushobozi bwo kubihindura

Ntabwo azumva
Ukuntu umuntu mukuru nkawe

Yibaza ibibazo byinshi
Akagera aho akabiheramo
Kandi afite ubushobozi bwo
Kubishakira ibisubizo

Burya koko umwana
Aba muto ntabe gito
Ntabwo yumva
Inzitizi abantu bakuru twishyiraho
Zikatubuza kugira ubuzima dushaka

Ibyawe bizamuyobera agufate ukuboko
Akujyane gukina no gukirana
Azakubwira ibyo utazi ku nyenyeri
N'ukuntu yigeze gutembera ku kwezi
Akibaza impamvu atahakubonye
Kandi uhora uraramye
Ushaka kuhajya
Azagusetsa avuge
Ati wahagera ute se
N'ubwoba bwawe ?
Ati ubaye utagera mu mutima wawe
Ari aho hafi mu gatuza ?
Ngo bakubaze kugera ku kwezi ?

Azaguseka maze akuburire
Akubwire ko kwishima nyabyo byoroshye
Ko ugomba gukora ibigushimisha
N'ibiguha amahoro
Ukarekeraho kwirukankira amaraha y'ubuzima
Wibwira ko ariyo azaguha kubaho neza
Kandi akwangiza umutima

Azakubwira ko niba utabishoboye
Ushobora kurya bombo
Ko nabyo bishimisha
Ariko ko ikibazo ari uko bimara igihe gito
Kandi byica amenyo

Burya koko umwana
Aba muto ntabe gito
Azabona ko yakubabaje
Maze agaruke, akubwire
Ati ariko ndakumva mwiza
Kugera ku mutima
Ni urugendo rukomeye
Ni hafi ariko
Inzitane z'inzira yaho
Ni zo zihambaye
Ati niba ushaka tuzahajyana
Njye ndahazi
Nzakugenda imbere

Dore uko umwana
Agukora ku mutima
Akagukora ahantu
Utigeze utekereza
Kuba wagera.

Ingenzi

Icy'ingenzi kiragaragara
Ariko se urakibona ?
Ushobora gufunga amaso
Ukakibaza umutima wawe ?

Muri wowe
Urabyumva ko
Icy'ingenzi
Atari ibintu utunze
Atari n'ibyo ushaka gutunga
Ukabigwiza

Icy'ingenzi
Ni utuntu duto
Two mu buzima
Busanzwe ariko
Dutuma ubaho neza
Mu mahoro
Kandi ukaniyubaka

Icy'ingenzi
Ni ibitangaza
Binini by'ubuzima

Bya bindi bitagurwa
Kandi bitanaguranwa

Icy'ingenzi
Wakibwiwe n'amateka yawe
N'ibyo wagiye unyuramo
Byose
Bikakwigisha agaciro
K'ubuzima

Icy'ingenzi
Ni ukuba wifite
N'iyo bitaba ibya
Mirenge
Ariko ufite
Amahoro mu mutima wawe.

Urabaruta

Urabaruta bariya mucuditse utabishaka
Impamvu ubagendamo ni yo idasobanutse
Kuko ufite ibitekerezo bihamye batagira
Ufite umutima wa kimuntu badafite
Kandi ureba kure, bakaba ibihubutsi

Kuki ukomeza kubagendamo ?
Iyo ubari iruhande
Uba usa nk'isha ishagariwe n'ibirura
Ugerageza kwiyumanganya
Ngo umere nk'usa nabo
Ariko ntibiguhira kuko agahanga kawe
Gakomeza kwerekana
Ubushishozi buhanitse
Bwa bundi bugera mu bushorishori

Umva rero nabo
Bibwira ko bakugiriye neza
Bakakwemerera ukaba uwabo
Kubera ukuntu usa n'uwarindagiye
N'uko utinya kwerekana ubuhanga bwawe
Bakakwibeshyaho
Bagira ngo ntabwo ufite

Utekereza ko
Ukora neza gucudika nabo
Ukinjira mu mafuti yabo
Wibwira ko ari ko kwishimisha
Nyamara birakunaniza
Umutima wawe ugahora
Ukunyomoza iyo
Ubabwira ko bagushimisha

Ntabwo uzabishobora erega
Bivemo kuko si ko uteye
Ufite ubumenyi badafite
N'ubushishozi batazigera
Ufite umutima mwiza
Uzi agaciro ka muntu
Bo ntibarakamenya
Kandi bagenda bitamaza
Aho kugasanga ahubwo bakagahunga

Urabaruta
Kandi bagutesha igihe
Rekeraho kubagendamo
Komeza ubakunde ni bwo bupfura
Ariko wirinde
Ko bagusubiza inyuma.

Inzozi

Ko Inzozi ari izawe
Ubuzima bukaba ubwawe
Ko ibyishimo ari ibyawe
Umubabaro ukaba uwawe
Ko umutwaro ari uwawe
Waruhiye amahoro yawe ?

Ko amarangamutima ari ayawe
Ko ibiganza binanirwa ari ibyawe
Ko ibyuya biva ari ibyawe
Amavi apfukama asenga akaba ayawe
Waruhiye amahoro yawe ?

Ko ibivugwa utabitindaho
Abagushuka utabishinga
Abakwanga utabahindura
Ibigenda biguruka bizashira
Waruhiye amahoro yawe ?

Ko abana wabyaye ari abawe
Umukunzi washatse
Wamubonye umuruhiye
Umuryango washinze
Wawushinze wigomwe
Waruhiye amahoro yawo ?

Amateka

Mwiza nagendereye
Nshaka kuganira
Ku by'ubuzima
N'iby'ubupfura
Umva ko nabonye byinshi
Ingingo ngezeho yo irakomeye
Abasobanukiwe neza
Banavuga ko ari yo ntandaro
Ya byose
Ariko sinashatse kuyiheraho
Ngo ntagutera ubwoba

Iby'amateka mabi cyangwa meza
N'uruhare atugiraho
Mu mibereho yacu
Uwabivuga yaruha
Yarindagira cyangwa se akirarira
Yashoberwa cyangwa se akabona ibisubizo
Yababara cyangwa se akishima
Yagaragurwa no kuyibuka
Cyangwa se agashimishwa
No kuba yarayagize
Ariko uko byagenda kose
Amateka yawe yaba mabi

Cyangwa meza
Ubuzima bugomba gukomeza
Iyo ugihumeka

Amateka yawe
Ni yo atuma uba uwo uri we
Uko yaba ameze kose
Ugomba kuyakira ukemera ko yabaye
Ugahitamo kuyavanamo imbaraga zubaka
Aho kuyareka ngo agusogote
Cyangwa se aguhungabanye

Erega mwiza
Ntakubeshye
Iby'amateka adusubiza inyuma
Si iby'amateka mabi gusa
Nubwo akenshi ari yo akora amarorerwa
Ariko ushobora no kugira
Amateka meza cyane
Nayo ntagufashe kwiyubaka
Ukaba ikigwari
Ukicara aho
Utegereje ko n'ibindi byiza bizizana

Njye ndakubwiye
Kandi nawe uzabyibonera
Buri muntu wese
Aho ava akagera
Agomba kwiha
Umwanya wo kwiyubaka
Adaheze mu mateka ye
Ayo ari yo yose

Mwiza nkunda
Kandi nifuriza ibyiza
Urabizi ukuntu
Amateka yawe yakugizeho
Ingaruka nyinshi
Ni ngombwa kuzitekerezaho
Ukazimenya, kugira ngo uyarenge

Hari ayatumye uba umuntu wiyoroshya
Andi atuma ukunda ubuzima kurushaho
Hari ayatumye ubona inshuti nyanshuti izo ari zo
Akwereka n'izo wagombaga kwitandukanya nazo

Hari ayatumye ushobora gufata ibyemezo byiza
Hari n'ayatumye wijima urahungabana cyane
Hari ayatumye uba umuntu ukomeye
N'ayandi yaguciye intege
Ubura uburyo bwo kubaho

Niba waragize amateka mabi
Uyu munsi ushobora
Kongera kwizera ubuzima
Ugahitamo gukira ibikomere byayo
N'ubwo bitoroshye
Buhoro buhoro
Ugenda ubigeraho
Iyo wihaye umwanya
Wo kwitekerezaho no kwiyubaka

Amateka yawe si wowe
N'ubwo afite uruhare
Rwinshi k'uko ubayeho

Ushobora kongera kwiyubaka
Kandi niba nta mahitamo
Yaguhaye
Ushobora kujya
Hejuru utayibagiwe
Ukikorera andi mateka wihitiyemo.

Abigize abacamanza

Mwiza waragowe
Ariko amagorwa yawe
Ntuzayikorere yose

Ugira neza bakavuga ngo urishongoye
Ugatsikira bakavuga ngo warebaga he ?
Uraceceka bakavuga ngo urajunjamye
Wavuga bati ujajwa nk'igikuri cy'i Bwami
Urarira ngo urarizwa n'iki wa mutesi we ?
Waseka bati bumba uhora ushwanyuka

None mwiza, urabona uzawuva
Nushaka kugira icyo ugeraho batavuze ?
N'iyo wakora uko ushoboye
Ugasa nabo, ukamera nkabo
Ugatekereza nkabo, bazagucira urubanza

N'iyo waba inyangamugayo ute
Ukiyumanganya ugahisha amafuti yawe
Cyangwa se ugakora ayo bakunda gusa
Bazagucira urubanza

Erega ikibazo si wowe
Ikibazo ni bo bigize abacamanza uko
Wabigenza kose

Ikitagenda neza cyose
Mu bandi
Bagifata n'igiparu
Kugira ngo bahishe amafuti yabo
Ntihagire uyatindaho

Guca urwabo byarabananiye
Ntibamenya kwihana kuko babitinya
Ntibashobora no kwikosora
Cyangwa se guhinduka
Kuko batabizi

Dore impamvu
Bahora bagucira urubanza

Ikorere ibyawe
Wibatindaho
Ngo nta muzindutsi wa cyane
Watashye mu mutima w'undi.

Abagiraneza

Abantu baraguhemukiye
Maze uriheba
Utekereza ko
Abagiraneza bazimye
Ariko uhuye n'abandi
Bakugirira neza
Usubira ibumuntu uranezerwa
None biguteye kwibaza
Niba utaribeshye

Iyi si yaba ikirimo abagiraneza ?

Wari wararindagiye
Wibaza niba ino si
Igituyemo abantu bazima
Ushobora kwizera
Ukabaganiriza utifashe
Bakakumva batakuvunnye
None hari abantu
Baguhumurije
Bigutera kwibaza
Niba utaribeshye

Iyi si se yaba ikirimo abagiraneza ?

Wari warashavuye
Warababajwe
Uteshwa agaciro
Urijima
None hari abakugiriye neza
Uramwenyura
Ugarura isura
Ugarura ikizere
Bigutera kwibaza
Niba utaribeshye

Iyi si se yaba ikirimo abagiraneza ?

Indwara

Indwara iravuna
Ariko ntikakubuze gutekereza
Amagambo meza
Anogeye umutima
Kuko indwara ntikira
Kubera imiti gusa
Inakira kubera
Ibitekerezo byiza

Kwizera ko uzakira
Ukongera ukagenda
Ukaba umuntu
Nabyo ni umuti
Ukomeye cyane
Nta muganga wakuvura
Ngo agukize nawe ubwawe
Utabaye muganga wawe
Mu byo utekereza

Iyo urwaye
Ariko ushobora kweguka
Ukabasha gusabana
No kwishimana n'abandi

Ntukibuze kubikora
Kuko biragufasha

Indwara ntikakubuze
Gutegura imishinga
Uzatangira gukora nukira
Ujye uyizirikana
Uyishyire mu nzozi zawe
Utekereze umunsi uzakira
Uko uzakomeza
Kwikorera amateka

Indwara ntikakubuze
Gufasha abandi
Uko wishoboye
Kandi uko ubyumva
Burya n'iyo waba urwaye
Udafite intege zo kuva aho uri
Ushobora guhumuriza
Mugenzi wawe
Uri mu bindi bibazo
Ukamwoherereza
Amagambo meza amufasha
Icyo gihe
Uba wihaye imbaraga
Zo gukira nawe ubwawe.

Indwara iravuna
Ariko ntikabuze
Umutima wawe
Gukomeza kwiyubaka.

Amafaranga yawe

Umuntu wese
Akeneye amafaranga
Kugira ngo abeho

Amafaranga agura byinshi
Ariko ntagura byose
Kandi ushishoje
Wasanga ahubwo
Iby'ingenzi bitagurika

Ariko na none
Ntakubeshye
Amafaranga yawe
Afite umwanya munini
Mu buzima bwawe
Ni ko ino si iteye
Ushobora kubinenga
Cyangwa se ukabyishimira
Ariko ni ko bimeze

Rero nkubwire iby'amafaranga
Uko biteye
Bitazaguteraniraho
Utabizi

Ukabura aho werekeza
Burya uko uyafata ni ko
N'ubuzima bwawe bugenda

Iyo uyagavura
Uba ugavura imishinga yawe
Niba uyafata neza
Nayo agufata neza
Akagufasha kugera kuri byinshi

Amafaranga yawe
Menya kuyacunga
Nyabuneka
Ejo hazaza
Hashobora kugutungura
Ukarindagira
Utwo wabitse tukaguhembura

Menya kuzigama
Kugira ngo
Ejo hazaza
Utazashaka kwisama
Waramaze gusandara

Menya kuyafashisha
Abandi
Kuko ubukene
Burazahaza kandi
Nta muntu wakagombye
Kubaho atishoboye

Menya kuyashyira
Mu mishinga ihamye
Kugira ngo wizamure
Uzamure umuryango wawe
N'igihugu utuyemo muri rusange.

Imitungo yawe

Imitungo yawe
Ni myiza
Ibyo wagezeho
Bikwiye kugushimisha
Bikanaguhesha
Agaciro mu bandi

Ariko na none mwiza
Nshuti nkunda
Turebeshe ubushishozi
Dusubire inyuma gato
Dutekereze

Imitungo yawe
Niba ari cyo abandi
Bagukundira gusa
Birababaje

Niba ari cyo
Umufasha cyangwa
Umutware wawe yagushakiye gusa
Birababaje

Niba ari cyo
Abandi bakubahira gusa
Birababaje

Niba ari cyo
Abandi bakugushisha neza gusa
Birababaje

Niba nawe
Ari yo ugenderaho gusa
Birababaje

Niba ari cyo
Gusa wiratana
Birababaje

Niba ari na cyo
Wagezeho gusa
Birababaje

Nkwifurije gukundwa
Ukundirwa umutima wawe
Imico myiza yawe
Ubwitonzi bwawe
Ubushishozi bwawe
Ni byo bihamye.

Kwitegura

Uhora ubwira abantu
Ngo ibi n'ibi uzabikora
Nurangiza kwitegura

Imyaka irashize
Iteruye indi
Barumiwe
Bibaza ibyo urimo

Aho ryaremye hose
Uba wahageze
Ibirori by'i Kigali
Nyagatare
Mu Mutara
Na za Huye
Nta na kimwe usiba

Ku Musanze baraguhamagara
Ukitaba nk'uwari ahasanzwe
Rusizi bakakurabuza
Mu munota ukaba urahageze
Ku mbuga nkoranyamahanga
Akabaye kose ugakanda "like"
None basigaye bakwita tayari

Ntaho utaboneka
Ariko mu mishinga yawe
Warahabuze
Ntuyifatira umwanya
Hanyuma ugahora uvuga
Ngo nturarangiza
Kwitegura

Uravuga ngo ejo
Uzakora iki
Ejobundi ukore n'iki
Ariko biguma
Mu magambo gusa

Uraryama ukarenza
Ukabyuka unaniwe
Ukabura aho uhera
N'aho uhagarara
Ukabura imbaraga
Zo gutekereza neza
Imishinga yawe nayo
Igahora mu cyuka gusa

Uhora uvuga
Ngo urakitegura
Nyamara mu by'ukuri
Nta n'icyo witegura
Ahubwo witegereje
Wasanga hari byinshi witega
Ese ejo hazaza uzamera ute ?

Mwiza wanjye
Reka nkubwire
Ntawe utaruha
Iyo ashaka kubaho neza

Icara utuze
Igihe ni iki
Maze utegure
Ibyo wifuza
Unabifatire igihe gikwiye
Bizaguhira
Nushyiramo
Umwete.

Inama

Abanyarwanda
Burya tugira ubuhanga
Buhanitse mu muco wacu
Hari umwe wavuze ngo
Nyiramatwi atumva
Ntiyanze no kubona

Ni byo rwose mwiza
Unteze yombi
Nutumva inama
Abantu bakugira
Yo kwitonda
Ukanashishoza
Igihe gishobora
Kuzakwereka mu mubabaro
Ibyo wanze kumvira
Mw'ituze

Iyo abantu bagukunda
Bakuburiye
Ko ushobora kuba
Uri gukora amakosa
Azakuviramo ingorane
Bakakuganiriza ku mitego

Y'ubu buzima bwo hanze aha
Bakakuburira ku bantu bakwanga
Biyita inshuti zawe
Bakakwereka inzitizi z'ibyemezo
Uba ushaka gufata wihuta
N'ingaruka nziza z'ibindi
Udashaka gufata
Kandi ari ngombwa
Uzajye ufata akanya
Ko kubumva

Wireka igihe
Ngo kizagufatirane
Gitume wicuza
Inama nziza wanze kumva
Izuba rigicanye
Kuko uyu munsi
Uciye bugufi ugashishoza
Wagera kuri byinshi
Kandi byiza

Buzima bwiza
Ntunyumve nabi
Si ngombwa ko ukurikiza
Inama zose z'abagukunda
Kuko hari igihe nabo
Nk'abantu bakabya
Ariko na none
Ntibakabya hose
Nawe ubwawe
Iyo hatagize n'inama n'imwe
Ushaka gukurikiza

Uba burya ukabya
Kandi wishyira
Mu bibazo

Inshuti nyancuti
N'abo mu muryango wawe
Iyo bakugiriye
Inama nziza
Baba baguhaye
Inyungu y'igihe
Kuko batakuburiye
Wagaragurwa n'umuruho
Kandi ugata igihe kinini

Mwiza nkunda
Jya wicara utuze
Ushyire mu gaciro
Utekereze ku nama
Abagukunda bakugira.

Imbaraga z'umutima

Mwiza hari igihe
Urindagijwe no gutekereza cyane
Ukagaragurwa n'uko wibona
Ugashavuzwa n'inzitizi wishyiraho
Bikakubuza kuba uwo ushaka
Bikambabaza

Ukunda kwigaya
Utekereza ko
Uri umunyantege nke
Ariko burya ufite
Imbaraga zidasanzwe
Mu mutima wawe
Ushobora gukoresha
Zikaguteza imbere

Ujya wigaya ngo
Ntuzi kunoza imihigo
Ariko burya biriya
Ntawe ubigeraho
Atigishijwe
Jya wegera abageze kure
Bakugire inama

Ujya wigaya
Ngo nta cyo umariye ino si
Kubera abaguhutaza
Bakubwira ko utageze kuri byinshi
Mu buzima bwawe

Ariko mwiza
Reka nkubwize ukuri
Kuzamuka mu buzima
Bifata igihe kugira ngo
Umuntu wese abigereho
Kandi abashe kubisigasira
Jya ukomeza wibwire uti
Nzabishobora
Kandi nzabigeraho

Kugera ku byo wifuza
Mu buzima
Bizagufasha gukiranuka
N'agahinda
N'ibikubangamira
Hanyuma uzamuke
Unafashe abandi

Uko uzagenda
Ukura mu bitekerezo
No mu bikorwa
Ni ko n'umutima wawe
Uzagenda ugira imbaraga
Zo kwiyakira ntiwitote

Dore uko imbaraga
Z'umutima zubakwa.

Gukomera

Buzima bwiza
Bwanyakiriye
Hano iwawe
Waba warabonye ko
Abantu benshi
Batazi icyo gukomera
Mu buzima bivuga ?

Gukomera burya
Si ukwikakaza
Cyangwa se
Kwiremereza
Ugahora wijimye
Bakagutinya
Kandi mu by'ukuri
Nta cyo wimariye
Nta n'icyo umariye abandi

Gukomera burya
Ntibivuga kutagira
Amarangamutima
Ntibivuga kutarira
Ntibivuga kutigera ugwa
Cyangwa se kutigera ukosa

Mwiza nkunda
Ushobora gukomera
Ariko ufite umutima
Woroshye
Wicisha bugufi
Kandi ugira neza

Ushobora gukomera
Utirengagije imiruho y'abandi
Ufite indangagaciro zihamye
Kandi wumva icyo
Umutimanama wawe
Ukubwira

Gukomera ni ugukora imishinga ihamye
Kandi ukayikorana umutuzo
N'umutima mwiza

Gukomera kandi
Ni ugutinyuka gukora
Amahitamo ahamye
Afite agaciro
Asobanutse
Ukayakorera
Muri ino si iganjemo
Abantu batekereza
Ko aberekana
Amarangamutima yabo
Abumvira umutimanama wabo
Abataziritswe n'irari
Ari abantu badakomeye.

Abo wababaje

Mwiza nta muntu udakosa
Nta muntu utababaza abandi
Twese bitubaho
Kandi kubyirinda
Si ko kubigeraho

Kudahemukira abandi
Ni akazi ka buri munsi
Iyo bidakunze
Hari uko ubigenza
Kugira ngo wigarure

Abo wababaje
Nabo ni abantu
Ushobora kubegera
Ukabasaba imbabazi
Wicishije bugufi

Hari abazakubabarira
Mukiyunga
Mukaba inshuti
Mukongera mugaseka
Mutarebye inyuma

Abandi bo bazabura
Icyo bakubwira
Wenda bakubeshye
Ko banakubabariye
Kandi atari byo
Bumva batakigushaka
Bazitandukanya nawe
Bajye ukwabo
Ntibizaguce intege
Ni bwo bushobozi bwabo
Icya ngombwa kizaba
Ko wumvise ko wabahemukiye
Kandi wabasabye imbabazi
Ukiyemeza kutazabyongera
N'ahandi

Kuba bo batarabashije
Kukubabarira
Cyangwa bakaba
Batakikwizeye
Ni amahitamo yabo
Uzabyubahe ntuzabange
Cyangwa se ngo
Ubavume
Kuko uri mwiza
Kurusha ibyo byose
Ahubwo uzahore
Ubifuriza ineza
No kugira umutima
Ubabarira.

Ibibazo bikomeye

Ibibazo bikomeye bibaho
Bikakugaragura ukumva uko ubaye
Ariko jya unyuzamo ubiruhuke
Guhora ubitekerezaho
Si cyo kibikemura
Jya ufata umwanya
Unarebe n'ibyo ufite byiza

Ibibazo bikomeye
Bikuvanamo imbaraga
Bikakuvuna, bikakuvisha ibyuya
Bikakurindagiza, bikakuzengereza
Ariko wituma bisandarira
Ku buzima bwawe bwose
Bikanonona n'ibyiza
Wari umaze kugeraho

Simvuze ngo ubyirengagize
Bihe umwanya wabyo ukwiriye
Ariko wibireka ngo bikwice ubwonko
Ngo bigusogote
Bikwangize
Byigufatirana ngo wijime

Kandi wari usanzwe useka
Unashimisha bagenzi bawe

Komeza
Kuba uwo uri we
Imbaraga z'umutima
Wawe zizabikemura
Amahirwe azakugenderera
Maze abagiraneza
Bagufashe uve mu gahinda

Emera bagutwaze
Uwo mutwaro uremereye
Hanyuma uzanzamuke
Usubire ibumuntu

Iminsi myiza
Ikuri imbere.

Kanseri

Kanseri
Ni indwara mbi cyane
Irwaza kandi nabi
Ikagira na benshi yica
Iyo uyirwaye
Abantu bakureba
Ukundi
Bakakureba nk'uzapfa ejo

Birababaza
Kumva ko utazongera
Kugira ubuzima
Bukomeye nka kera
Ariko mu gihe ugihumeka
Baho shenge

Igihe uba umeze neza
Uzajye weguka
Maze ukore utuntu
Tugushimisha
Usabe incuti zigusure
Shushanya, wandike
Usome ibitabo
Wumve umuziki

Byose bizagufasha
Kugira ubuzima
Bwiza n'ubwo urwaye.

Byange !

Kubaho nabi si ibintu
Wikwemera ko
Bagenzi bawe
Babaho nabi
Bahohoterwa
Cyangwa se
Bagirirwa nabi

Aho uri hose ujye
Ubyanga
Abari mu kaga
Ubatabare

Wibyanga nk'igihubutsi
Bipange binoge
Utere isoni
Abantu bahohotera
Abandi
Abagizi ba nabi
N'ibisambo

Iyi si ni yacu twese
Dufite uburenganzira
Bwo kuyibamo
Mu mahoro.

Zamura abandi

Abantu benshi
Bakeneye ko ubazamura
Mu mibereho itandukanye
Kandi mu nzego zinyuranye

Buri muntu wese
Ubifitiye ubushobozi
Yagombye kugira
Ikintu arwanirira
Kugira ngo azamure abandi
Kuko burya kuzamuka
Wenyine ntawe bihira
Nta n'icyo bimaze

Zamura abandi
Kugira ngo babeho
Neza kurushaho
Bave mu kaga barimo
Badakomeza
Gusubizwa inyuma
N'amateka
Bashobore kuva
Mu bibahungabanya

Mu rwego rwo kuzamura abandi
Bamwe barwanirira
Indyo nziza y'abana
Abandi gutera imbere kw'abategarugori
Abandi kurwanya ubukene
Ubwo ari bwo bwose
N'ibindi byinshi

Kandi babirwanirira
Batagamije kubigiramo inyungu
Zabo bwite gusa
N'iyo kaba ari akazi bahemberwa
Bagashyiramo ubwitange butagurwa
Kugira ngo abantu basigaye inyuma
Nabo babonereho bazamuke

Wowe
Icyo wakora ni iki ?

Ba imfura

Yewe mwiza
Kuba imfura biragoye
Ese ahubwo hari
Ikintu gikomeye
Kuruta icyo ?

Bisaba akazi
Ko kwitekerezaho
Ugafata icyemezo
Cyo kuba intangarugero
Ukirinda ibigutesha agaciro
Ugashyira imbere icyiza
Kandi ugahora ugoboka abandi

Ino si dutuye
Ikeneye abantu
B'abahanga
Babere imfura

Ino si dutuye
Ikeneye abantu
B'intwari
Babere imfura

Ino si dutuye
Ikeneye abantu
B'abagiraneza
Babere imfura

Ino si dutuye
Ikeneye abantu
B'inyangamugayo
Babere imfura

Ino si dutuye
Ikeneye abantu
B'indahemuka
Babere imfura.

Ishake

Wiburira mu muhangayiko
Wiburira mu gahinda
Wiburira mu kurindagira
Wiburira mu bibazo
Wiburira mu kwanduranya

Ishake
Mu mutima wawe
Mu mutwe wawe
Mu byo ukora
Mu byo utekereza

Ishake
Mu byo uteganya
Mu byo wifuza
Mu byo wibuka
Mu bikubaka

Ishake
Mu biguha amahoro
Mu bigutesha umutwe
Mu bigushimisha
Mu bikubabaza
Maze wimenye

Ishake
Mu bitabo
Mu bigukikije
Mu bibazo by'ubuzima
Mu kazi kawe
Mu bikubangamira
Maze witekerezeho
Wimenye

Ishake
Maze wiyubake.

Akana

Muri wowe burya
Haracyari akana
Katigeze gakura
Kicaye, gategereje
Ko wakubahiriza amasezerano
Wagiranye na ko
Yo gukomeza kugira
Umutima ukunda wako

Warakuze
Wibwira ko nako kakuze
Maze kakibagirwa
Ko kari kariyemeje
Kukubeshaho neza
Kakarahira ko katazigera kaba
Nk'abantu bakuru bamwe
Ba bandi bibagiwe ko bigeze
Kuba utuziranenge
Ariko rero gashake kuko
Kakikuri ku mutima

Warakuze
Wibwira ko nako kakuze
Kakibagirwa inzozi zako

Zo gutambagira
U Rwanda karunogeye
Kagasingiza imisozi n'ibibaya
By'urwakabyaye
Kakota Izuba
Kagakirana n'Ukwezi
Ariko rero gashake kuko
Kakikuri ku mutima

Warakuze wibwira
Ko nako kakuze
Kakabona ko bidashoboka
Kukibuka no kugashyira imbere
Ariko karacyategereje
Ko wagatembereza
Kagatambagira
Igihugu cyako
Kakumva kararuhutse
Mu mutwe
Kakumva karanezerewe
None rero gashake kuko
Kakikuri ku mutima

Muri wowe burya
Haracyari akana katigeze gakura
Akana k'akaziranenge
Akana k'intwari
Akana k'agacakura
Akana k'akamararungu
Akana gashishoza
Karira iyo kababaye
Gakubita igitwenge

Iyo kishimye
Akana kadakenera byinshi
Ngo kishime
Akana gafata ubuzima uko buje

Mwiza rwose
Jya unyuzamo ukanezeze
Nk'uko wabigasezeranyije.

Kuko utabyemera

Uhora wibaza impamvu
Batagushaka ngo musabane
Batakubwira amabanga yabo
Batakujyana mu mishinga yabo

Mwiza utekereza ko batagukunda
Ko batakubaha, ko batagushaka
Bikakubabaza, bikagushavuza

Nyamara ni uko bagutinya
Mu byabo ntibakujyanamo
Kuko bidashobotse
Kandi bazi ko utabyemera

Ntibakubwira
Ubugizi bwa nabi bakora
Ntibakubwira ko ari abajura
Bakaba n'ibisambo
Bakuza imbere basa neza
Bavuga neza
Nyamara
Imitima yabo
Yaramunzwe

Uhora wibaza
Impamvu
Batakubwira
Aho bahaha
Utuntu twiza

Ni uko wabamagana
Umenye ko batwiba

Uba wibwira
Ko ari uko batagukunda
Bikakubabaza
Ukarira, ugahwera

Naho ni uko bagutinya
Batinya ukuri kwawe
Bagatinya umucyo wawe
Batinya urumuri rwawe
Ntabwo bashobora
Kuguhisha ibyabo
Banabiguhishaho

Nguko uko ikibazo giteye
Mu by'ukuri.

Agahinda

Agahinda we !
Agahinda kawe mwiza
Ko gakabije
Ndagira nte ?
Hari igihe nshatse kukumva
Ariko nanjye nakabona
Kakandenga

Umunsi umwe
Karagusonga
Undi munsi kakagusogota
Umunsi umwe karakuzonga
Undi munsi kakagutwika
Umunsi umwe kararenga
Ariko undi munsi kagahinguka
Umunsi umwe kakubuza kwisanga
Undi munsi kagatuma
Wizirika ukiyanga
Kandi rwose ushaka kwigenga

Agahinda kawe
Karashaka umwanya wako
Igisobanuro cyako
Karashaka

Uko kakwiyereka
Katakwishe
Katakugize mubi

Agahinda we !
Agahinda kawe mwiza
Ko gakabije
Ndagira nte ?
Karahanda
Karahinda
Kandi karanahenda

Ariko umunsi umwe
Kazashira

Kereka niba
Ari ka kandi
Kadashira
Ariko humura
Byibura
Kazatuza.

Ubwoba

Burya
Iby'ubwoba
Ntibijya bisobanuka

Ubwoba
Buragucanga
Bukagucanira
Ugata umutwe
Ugasanga ugira ubwoba
Bw'ikintu n'ikinyuranye na cyo

Umunsi umwe ugira
Ubwoba bwo kubaho
Uziritse igihe cyose
Undi munsi ukagira
Ubwo kubaho
Wisanzura igihe cyose

Umunsi wundi ukagira
Ubwoba bwo kubaho
Uri wenyine igihe cyose
Warangiza ukagira
N'ubwo kubaho
Ushagariwe igihe cyose

Hashira kabiri ukagira
Ubwoba bwo kubaho
Ubabaye igihe cyose
Ukabuvanga n'ubwo kubaho
Wishimye igihe cyose

Mwiza haguruka
Ugire ubutwari bwo kubaho
Uko ushatse
N'iyo waba ufite
Ubwoba bwinshi.

Ibyemezo

Ngo ubuzima
Bukumereye nabi ?
Fata ibyemezo

Ngo akazi kawe
Kakumereye nabi ?
Fata ibyemezo

Ngo urugo rwawe
Rwarakunaniye ?
Fata ibyemezo

Ngo urashaka
Gutembera igihugu ?
Fata ibyemezo

Ngo abantu
Baragusuzugura ?
Fata Ibyemezo

Guhora witotomba
Ni ukwitoteza.

Imbaraga z'abasenga

Imbaraga z'abantu basenga
Banafite ukwemera kwemye
Burya ni izo Imana
Iba yabatije

Gusenga
Birabahumuriza
Bikabakomeza
Kandi iyo basabye
Burya bararonka

Nawe mwiza
Niba wemera
Senga
Pfukama usabe Imana
Ko iha ino si amahoro
Igahumuriza
Na buri wese

Senga uyisabe
Umutima ukunda
Umutima wihangana
Umutima ushishoza
Umutima ujya inama

Umutima wiyoroshya
Umutima utuje

Ese ibi byose
Ubironse
Ntiwakora
Kw'ijuru ?

Imbaraga z'abasenga
Banafite n'ukwemera kwemye
Ni agaciro
Katabarika
Muri ino si.

Abandi

Abandi nabo ni abantu
Bafite umutima nkawe
Bafite umubiri nkawe
Baratekereza, barishima
Barababara nkawe

Bamwe barakishaka
Ntibaragera wenda aho
Wowe ugeze
Bafashe kuhagera
Kuko buri muntu
Akenera umufasha
Uyu munsi ni bo
Ejo bishobora kuba wowe

Abandi nabo
Bafite imbaraga zabo
Bakagira n'intege nke zabo
Bitewe n'amateka yabo
N'imitekerereze yabo

Abandi muratandukanye
Kuko mudafite amateka amwe
Kuko mudahuje imitekerereze

Kuko mudahuriye ku gahinda
Cyangwa se ku byishimo

Abandi na none muri kimwe
Kuko batinya guseba nk'uko ubitinya
Bagatinya kuvumwa nk'uko ubitinya
Bagatinya kutagira icyo
Bakwigezaho nk'uko ubitinya
Bagatinya ko babura uwabafasha
Bakarindagira nk'uko ubitinya
Ubwoba baba bafite
Ni nk'ubwawe
Nabo bafite ibyifuzo nk'ibyawe
Byo kubaho neza

Abandi iyo basitaye
Ntukabakwame
Ntukabaseke iyo bayobye
Ntukabahe urw'amenyo
Iyo batabona
Ntukabatuke
Kuko nawe bikubaho
Kandi burya nawe
Ujye wibuka ko
Uri undi ku bandi
Ujye ugerageza
Kwishyira mu mwanya wabo
No kubumva
Kandi niba ubifitiye
Ubushobozi
Ubafashe.

Barabishoboye

Ukunda gutekereza ko
Impamvu abandi
Bageze kure kukurusha
Ari uko bakuruta
Bakurusha ubwenge
Bakurusha ubushobozi
Bakurusha amafaranga
Bakurusha imbaraga
Yewe mwiza
Sigaho kwiyangiza umutima
Ntacyo ubaye
Buri wese agira intambwe ze
Akanagira n'ubushobozi bwe

Abashoboye gusoza imihigo yabo
Ni uko bageze aho bagatinyuka kuyisoreza
Mu bushobozi bwabo
N'ubwo batari bizeye ko hari icyo bizatanga

Ubabona bameze neza
Ukibwira yuko wenda byaboroheye
Ariko barahangayitse nkawe
Bararushye nkawe

Bashatse kwiheba
Ngo babivemo nkawe

Impamvu babishoboye
Ni uko bakomeje
Banga gucika intege
Ariko ubwoba bwari bwose
Kandi bari baremerewe

Ntabwo babishoboye kuko
Batavuzwe cyangwa se batatutswe
Nabo byababayeho
Ariko barakomeje
Baba intwari mpaka
Bageze ku ntego zabo

Barabishoboye
Kuko nta yandi mahitamo
Bari bafite, uretse
Ayo kwihesha agaciro
Bakiyubaka
Bakiteza imbere

Nawe rero mwiza,
Uri intwari
Ukaba n'uw'agaciro

Tambuka
Uzahirwa.

Baseke

Hari abantu
Bibwira ko bagusumba
Bikabanezeza cyane
Kuko ubasumbye
Ntibabikunda
Abo rero
Bumva uba ushaka
Kuba nkabo
Maze nawe ukarunda ibintu
Ariko ugata ubumuntu

Wowe muri wowe
Iyo ubabonye
Uba ushimira Imana
Ko utaziritse nkabo
Kuko ibyishimo berekana
Nta byo bafite

Bagerageza kwerekana
Ko babayeho neza
Ariko bamerewe nabi
Yego baratunze ariko
Ntibatunganiwe
Bahora bibaza

Uko bizagenda
Ibyabo bijenjetse
Nibirangira

Ibyo bakora byose
Baba bashaka kwigaragaza
Ariko mu umutima wabo
Harimo umujinya
Kuko batiyubaka

Wowe
Wifitiye duke
Ariko duke twiza
Ntawe watwambuye
Nta n'uwo watwibye
Uciye bugufi
Ariko nturi gito
Wifitiye amahoro
Ku mutima
Kandi nta cyo
Wayanganya

Iyo ubabona
Bakuvugisha
Nk'aho bagusumba
Bakugira inama
Z'ukuntu waba nka bo
Mu mutima wawe
Bucece
Mw'ibanga
Ujye ubaseka

Kuko barasetsa
Ukuntu batekereza ko
Utegereje kuzarunda ibintu
Utanaruhiye
Ugata ubumuntu
Waruhiye wiyubaka
Kugira ngo ukunde
Ugire ibyishimo
Mu mutima wawe

Bashobora kuba bibwira ko
Amahoro y'umutima
Agurwa

Birasekeje.

Isubireho

Abantu burya benshi
Bicwa no kutamenya
Kwisubiraho
N'iyo baba babonye
Ko batari mu kuri
Cyangwa se mu mucyo

Mwiza nakuganirije
Cyane, ariko hano
Ho ndahakomeza
Mpakwihanangiririze
Mpasubiremo niba ushaka
Nibiba ngombwa
Hazanongere hanzindure
Ndabikubwiye
Ndanakuburiye
Kumenya kwisubiraho
Ni ubushishozi
Buruta ubundi

Mwiza rwose
Tuvugishije ukuri
Waba mwiza ute

Utamenya kwisubiraho
No kwikosora ?

Isubireho
Niba utekereza
Ko uri gukora amafuti
Witinya guhagarara
Aho wari ugeze
Kugira ngo
Ushobore kwikosora

Ufite uburenganzira
N'ubushobozi bwo kwikosora
Nta soni ririmo
Cyangwa se ikimwaro
Kuko nta muntu utibeshya
Kandi abantu bisubiraho
Bakanikosora burya
Ni bo bagera kure
Ni bo bubaka
Ni bo bagira amahoro
Adasanzwe

Wikwizirika
Ku makosa yawe
Emera ko wakosheje
Cyangwa se wibeshye
Ni bwo butwari
Ni bwo bupfura

Kwikosora
Ntibyica, birakiza

Kandi abantu
Bazabikubahira
Kuko bazabona
Ko n'iyo warengereye
Uzi kugaruka
Ugashyira mu gaciro
Ugasubira mu buryo

Mwiza nkunda
Hari impamvu
Ikomeye ituma
Baca umugani ngo
Ubugabo butisubira
Bubyara ububwa.

Saba imbabazi

Gusaba imbabazi
Ntawe bitagora
Wibaza ukuntu
Ugiye kwisobanura
Nkaho wari wasaze ukora
Amakosa wicuza
Ukibaza impamvu
Wahemutse
Ntubisobanukirwe

Niba warakoreye mugenzi
Wawe ibintu bibi
Guhora wicuza
Birahungabanya
Kandi kwirengagiza
Ko hari umuntu
Wababaje
Biragayitse

Niba ushaka
Ko mwongera mukaba
Incuti, mukizerana
Nta kindi wakora

Uretse kumusaba
Imbabazi

"Mbabarira"
Vuga iri jambo
Uciye bugufi
Urivugane umutima wawe
Kandi unavuge ko
Ufite icyemezo
Cyo kutazasubira.

Niba

Mwiza nkunda
Waba warabonye
Ko abantu benshi
Twicwa no kwemera gukora
Ibintu tudashoboye
Cyangwa se tudashaka ?
Tukicwa no kwishyira
Mu ngorane tuzireba
Kuzivanamo bikatubera
Insobe ?

Ni bya bindi bita
Kumanika agati wicaye
Wajya kukamanura
Ugahagarara

Ibyo usabwa
Niba utabizi, bivuge
Niba uzi ko utazabishobora, bivuge
Niba umuntu uyu n'uyu
Utamwizeye
Wikorana nawe
Niba udashaka kwishyira
Mu bibazo

Niba utazi niba
Ugomba kwemera
Cyangwa kwanga
Ibyo usabwa
Bivuge

Ntukareke ngo abantu
Bakwihutishe
Batume ukora ibyo
Utabanje gutekerezaho
Jya ubabwira uti ntabwo mbizi
Cyangwa se uti mutegereze gato
Kuko ni ko kuri

Abagusabye ibyo ugomba
Gutekerezaho
Babwire ko ukeneye igihe
Cyo kugisha inama
Umutima wawe
Cyangwa bagenzi bawe
Ugashishoza
Ukamenya igikwiye

Ujye usaba
Igihe cyo gutekereza
Aho kugira ngo
Umunsi umwe
Uzicuze ko wahubutse
Kuko birarwaza.

Oya !

Mwiza warushije
Izuba rirenga
Kurengana n'uburanga
Mwiza warushije
Inyenyeri zishashagirana
Kumulikira ijuru n'Ukwezi
Mwiza warushije ibiyaga
Gutaka ibibaya by'i Rwanda
N'iby'i Mahanga
Ndakubwiza ukuri
Kuko ikinyoma cyo gatsindwa
Nticyampagurutsa kandi nticyanzindura
Uko wabera mwiza abandi kose ute
Jya umenya kubabwira uti oya
Iyo ari ngombwa

Ntugahangiyikishwe no kuvuga oya
Ntugateseke iyo ibyo abandi bagusabye
Bitagushobokeye

Mwiza uzarebe burya
Izuba rihora ricanye
Ariko rigeraho rikarenga
N'iyo waba ugikeneye

Urumuri rw'umunsi
Igihe rigendeye
Ni cyo gihe cyaryo
Si wowe ukigenga
Si nawe uritegeka
Kongera guhinguka
Igihe cyaryo
Ni cyo gihe cyaryo
Nawe rero
Iyo ugomba guhakana
Urahakana
Kuko ari yo mahitamo yawe

Mwiza ndakubwiye
Igihe cyawe
Agaciro kawe
Ubushobozi bwawe
Ubushake bwawe
Ibyishimo byawe
Ugomba kubisigasira

Ku byo abandi bagusaba
Ujye uvuga uti oya iyo utabishaka
Oya iyo byakubangamira
Oya iyo utabishoboye
Oya iyo bidasobanutse
Oya iyo byaba ari uguhemuka
Oya kuko byagusenya
Oya kuko byagusebya
Oya kuko byagutesha agaciro
Oya kuko ari amateshwa
Oya kuko ari amafuti

Oya.
Ngo ubupfura ni ukwemera
Ubundi ni uguhakana.

Umukene

Yewe mwiza
Ko kurya bike ari ukubikena
Uriya mukene
Ko bamusagarira
Nkabona batamwumva
Tubigenze dute ?

Baranamuseka
Ngo yambara nabi
Kandi ari umukene

Baranamutuka
Ngo aranuka
Kandi ari umukene

Baramusebya
Ngo ntacyo ashoboye
Kandi ari umukene

Baramuhutaza
Ngo nareke guhora asaba
Kandi ari umukene

Baramubeshyera
Ngo ni umutekamutwe
Kandi ari umukene

Ntibamutumira
Mu birori
Ngo yabasebya
Kandi ari umukene

Ntibamufasha
Ngo ahindure ubuzima
Kandi ari abakire

Dore uko biteye.

Kora uko ushoboye

Mwiza ntugahore
Uhangayikishijwe
N'uko wowe utazakora
Amateka ahambaye
Abantu benshi bakakumenya
Isi yose ikagukunda

Abantu benshi
Ubu dusigaye
Dukunda kwigaragaza
No gukora ibintu
Bitatuvuye ku mutima
Dushaka kumenyekana gusa

Ujye uhora
Ukora uko ushoboye
Wicika intege
Kubera ko abandi
Bashoboye byinshi
Cyangwa se bigaragara
Kurusha ibyawe

Bike washoboye binoze
Bifite agaciro

Bike bicecetse byawe
Bifite akamaro
Ubwenge ntibugomba
Kugira urusaku
Ngo bube ubwenge

Ibyiza byawe
Ni ubwitonzi bwawe
Ibyiza byawe
Ni ibikorwa byawe
N'iyo byangana urwara
Kandi bikorewe
Ahatagaragara
Biruta ibitarakozwe
N'abakurusha ubuhanga
Biruta ibyinshi
Biba bigamije
Gukora urusaku gusa

Mwiza wanjye
Unyumve neza
Singutegeka
Kuba intamenyekana
Nunaba icyamamare
Ntacyo bizaba bitwaye
Bizaba ari igitangaza
Kandi uzashimwa
Ariko uzibuke
Kujyana ubupfura
Usige urusaku
Ni ko gaciro kawe.

Amahitamo

Wahisemo kubaho
Ubuzima ushatse
Wahisemo kudacika
Intege mu byo ukora
Wahisemo kumvira
Umutimanama wawe

Wahisemo kuba umunyakuri
Wahisemo kuba intwari
Wahisemo kuba umuhanga
Wahisemo kwibera wowe

Wahisemo gufasha abandi
Wahisemo kurengera abandi
Wahisemo kuvugana umucyo

Uri mwiza, ibereho.

Amabanga

Birihanze
Ntakabe wowe
Ariko twabaye dute ?
Kumena amabanga y'abandi
Ni ukwitesha agaciro
Mu buryo budasubirwaho

Iyo umuvandimwe, incuti
Cyangwa se undi
Muntu wese
Aje akugana
Akakubitsa amabanga ye
Uramenye ujye
Uyabika kure kandi neza

Oya ntuzavuge
Ko ibyo uvuga
Ari uko ba nyirabyo
Bataba babanje
Kukubwira ko
Ari amabanga

Oya ntuzavuge
Ko uvuga iby'abandi

Kugira ngo abo ubibwiye
Babashe kubivanamo
Inyigisho

Si ngombwa
Kwirirwa
Ukwirakwiza
Ibyo uzi
Ku buzima
Bw'abandi
Ahantu hose

Ibyo byabo ukwirakwiza
Nawe ufite abandi
Bakumva
Bigatuma nabo
Biha uruhushya
Rwo gukwirakwiza
Ibyawe
Bati none se
Ko yivugira
N'iby'abandi
Yatugaya kuvuga ibye
Ahereye he ?

Abashishoza bo
Iyo bakumvise
Barakwikiriza
Bakakumvira
Bakakwihorera
Bakagenda bumiwe

Baguhishe amabanga yabo
Ngo utazayamena

Mwiza, ndakwinginze
Jya ubika amabanga
Y'abandi neza

Birihanze
Ntakabe wowe.

Keya

Ni byiza gukunda umuntu
Mukajya mu rukundo
Ukanezerwa
Ariko se udahora ubimwereka
Yabimenya ate ?
Yabyizera ate ?
Udahora ubimubwira
Yazababibwirwa
Na nde wundi ?

Mwiza jya umenya
Gushimisha umukunzi wawe
Ejo atazarira
Agahogora
Akagucyurira ko
Utamwitaho
Kandi wirirwa utekereza
Ukuntu umukunda
Byimazeyo

Hari ibintu byinshi
Bishimisha uwo ukunda
Kandi bimwereka
Ko akunzwe by'umwihariko

Igihe yagusuye
Ujye umwakira neza
Umwitegure
Umuganirize ususurutse
Umwereke ko kumubona
Bituma umutima wawe utuza

Igihe umusuye
Nawe ujye umuganiriza anyurwe
Waba utashye
Ukamusigira
Utugambo twiza
Uti wakoze kunyakira
Nzagaruka kandi
Ndagukunda mukunzi

Amagambo meza
Ku mukunzi
Ntagira uko asa
Imitoma ku mukunzi
Ni yo imwubaka
Ni nayo imuha imbaraga
Zo kugumana nawe
Mu rukundo

Ariko urukundo
Si amagambo meza gusa
Kumufasha kwitekerezaho
No kumurinda kubabara
Ni zo nshingano zawe

Gusangira ubuzima
Akabisi n'agahiye
Ntumubere indyarya
Ni byo agusaba

Mwiza, si ngombwa kwitanga
Wese ngo wimare
Cyangwa se ngo
Wirerembuze wipfishe
Kandi ari n'ibyo wigira

Ushobora gutanga
Keya utiyahuye
Kandi werekanye
Urwo ukunda
Umukunzi wawe.

Amahera

Mwiza ndashobewe
Naje nigira nkaho
Nzi byinshi
Cyangwa se
Nkaho mbona ibibazo
Byose bitwugarije
Twabibonera ibisubizo
Ariko nanjye hari
Igihe numiwe

Nabonye byinshi
Ariko ibyo ngiye kukubwira
Bihora binshengura umutima
Bikanansandaza umutwe

Iby'ubu
Ni amayobera
Ibyaduteye byaratinze
Aho bukera bizaba idini
Cyangwa se babishyire
Mu ndangamuco bigire inzira
Ibintu byose ko
Byajemo amahera

Amaherezo ubu
Azaba ayahe ?

Niba udafite amahera
Bakwima amayira
Bakakwima umugeni
Agasabwa n'abayafite
Kandi wenda bazamuhonda

Niba udafite amahera
Bakuvugisha nabi
Bakaguhutaza
Bakagusuzugura
Kandi wenda
Ubarusha ubuhanga

Iby'ubu byose ni amahera
Agaciro k'umuntu
Kagiye he ?
Ko amahera yatumye gahera ?

Iby'ubu byose ni amahera
Ariko wowe mwiza shenge
Uzibere museke ugoroye
Muri uru ruzi rwuzuye ingona
Muri iki kirere cyuzuye ibisiga
Muri iyi mihanda yuzuye impyisi
Uzajye ureba agaciro k'umuntu
Uwo ari we wese
Utitaye ku mahera
Afite cyangwa se adafite
Umwubahire ubupfura bwe

Wange ubupfu
N'iyo bwaba bugupfunyikira
Amahera

Kutagendera ku mahera
Bigira ingaruka nyinshi
Nazo ndazikubwira
Kugira ngo nugera
Ahakomeye utazavuga
Ngo hari icyo naguhishe

Bishobora kuzagufata
Igihe kinini kugira
Ngo ugere ku mihigo yawe
Inzira y'ubutwari
Burya iba ndende
Kandi ikanavuna
Kurusha iy'amahera
Iy'ubugwari
N'ibigurukana nayo byose

Ariko nuhitamo
Ubutwari
Uzagera
Kure kurushaho
Kuko buba inyuma
Y'Izuba, Ukwezi n'Inyenyeri

Kuba intwari
Bizaguhesha icyubahiro
Kidasubirwaho.

Rira

Barakubeshya
Ngo abagabo ntibakarire
Ngo amarira y'umugabo
Atemba ajya mu nda

Bakakubeshya
Ngo abagore ntibakarire
Ngo agahinda k'inkoko
Kamyenywa n'inkike
Yatoyemo

Bakubeshya
N'ibindi byinshi cyane
Bakubwira ko
Utagomba kwerekana
Amarangamutima yawe
Ugomba guhisha
Agahinda kawe mu nda

Nyamara kurira
Iyo ubabaye
Ni byiza
Kuko biruhura umutima
Bikavura n'umuhangayiko

Kurira si igisebo
Cyangwa se imbaraga nke
Ahubwo ni bwo
Bumuntu bwa nyabwo

Ariko ubundi hari
Ubutwari bubaho
Buruta kurira ?
Abagabo batarira
Abagore batarira
Babayeho bate ?
Aho ntibaba bararunze
Agahinda mu mitima yabo ?
Kandi umunyarwanda
Yaricaye aravuga
Ngo ntikica kagira mubi

Mwiza ndakubwiye
Umuntu utinyuka
Agaturika
Akarira mu bandi
Akabereka
Agahinda ke atizigamye
Cyangwa se wa wundi
Uvuga ati nararize
Ndahogora
Aba yicishije bugufi
Ariko ahagaze hejuru cyane
Aba abaye intwari
Kandi n'abandi
Ntibatinya
Kumwereka

Agahinda kabo
Iyo igihe kigeze

Rira mwiza shenge
Abo uririra baguhoze.

Igendere

Igendere mwiza
Urenge imisozi
Urenge ibibaya
Abasare bakwambutse ibiyaga
Ugende imihanda
Biguhandure agahinda

Igendere
Ujye kuruhuka
Mu mutwe
Urebe isi y'ahandi
Usure ababa kure
Ubone uko babaho
N'uko babona ubuzima
Bikwigishe

Siga ahantu
Wababariye
Kandi hakikubabaza
Ujye kureba
Andi mashyamba
Woge izindi nyanja
Ukore ku bundi bwatsi
Ugende utundi tuyira

Subira ha handi
Wababariye
Maze wibuke
Ibikomere byawe
Wiyemeze
Kubaho neza
Bitakuziritse
Bitakugaragura

Igendere
Unanure ingingo
Uruhure umutima
Usubize umutwe ku gihe
Usubize umutima mu gitereko

Igendere
Wumve ukuntu
Ibikomere byawe bikira
Tambagira
Isi y'ahandi
Ikondore
Maze ukunde
Wongere wizihirwe

Ese Izuba ry'ahandi
Rimurika nk'iry'iwanyu ?
Ukwezi kw'ahandi se
Ni kumwe nk'ukwawe
Mujya mukirana ?
Inyenyeri z'ahandi
Zisekana nk'izo umenyereye ?

Igendere mwiza
Maze ukumbure
Maze ukumburwe
Maze ubone
Maze ubonwe

Igendere
Utembere u Rwanda
Rw'ahandi
Uruture agahinda kawe
Rugusubize umudendezo.

Uburakari

Uburakari ni nk'inkota
Ityaye ku mpande zombi
Mwiza ntukayikinishe
Wibwira ko yakomeretsa
Abandi wowe ikwibagiwe

Iyo urakaye
Uvumbuka nk'imbogo
Ukisaza
Ugasakuza
Umwotsi ukagucumba
Mu matwi no mu mazuru
Ukaba mubi ntunabimenye
Ivumbi rigatumuka ukiyanduza
Abandi bakakureba bakumirwa

Burya iyo urakaye
Wibwira ko bikongerera ingufu
Ariko biguca intege
Kandi bikanagusebya
Bigatuma n'abandi
Bakeka ko
Ari wowe uri mu makosa
N'iyo mu by'ukuri

Ntacyo wakagombye
Kwishinja

Urabizi se mwiza ?
Nta muntu
Utarakara ngo yumve
Biramurenze
Gusa uko imyaka
Igenda ihita
Ubushishozi
Buzagenda bukwereka
Ko uburakari bwakwishe
Kurusha uko bwakubatse

Uzasanga uburakari
Ntacyo bwakunguye
Ahubwo bwaratumye
Ubabara kurushaho
Unitesha n'agaciro
Muri bagenzi bawe

Uburakari buzatuma
Urwara, kandi
Wenda uwaguhemukiye
Ari mu mutuzo
Cyangwa se mu byishimo
Bidasanzwe
Byo kuba yarashoboye
Kukurindagiza
Ako kageni

Jya umenya gusobanura
Ibikubangamiye
Utabishyizemo amahane
Umujinya n'uburakari
Bwinshi

Kandi ngo uburakari bukurura ubugome.

Uramenye.

Seka

Iyo uri muto
Bakwita igisekeramwanzi
Wakura ntibakwigishe
Guseka n'iyo ubabaye

Seka
N'iyo waba
Ufite intimba ku mutima
Mwenyura
Wumve ukuntu
Bikuruhura

Seka
Urumuri ruze mu maso yawe
Seka bikuvane mu bwigunge
Maze guhangayika
Bigabanuke

Seka
Kuko utahora urira
Kandi ntiwategereza
Gukira byose
Kugira ngo ubashe useke

Sekera abandi
Nabo bamwenyure
Maze batuze

Irebe mu ndorerwamo
Maze wisekere
Wishime
N'ubwo udafite byose

Isekere wirebe
Ubone ubwiza bwawe
N'iyo waba warazanye
Imikanya kubera gushavura

Irebe uko uri
Wikunde wisekere

Seka Inyenyeri
Seka Ukwezi
Seka Izuba
Seka ubutwari
Sekera ubuzima
Sekera urukundo.

Icyayi ni ubuzima

Icyayi ni ubuzima
Abakinywa
Bakivuga ibigwi
Bukira, bugacya

Kimwe kiruhura amaguru
Ikindi kikaruhura igifu
Kimwe gituma utuza
Ikindi kikakuvura mu muhogo
Hari ikigufasha gusinzira
N'ikigufasha gukanguka
Hari n'ibindi byinshi
Kandi bigufasha
Kugira ubuzima bwiza

Icyayi ni ubuzima
Kandi burya kiranaryoha
Ntikigombera isukari
Ahubwo kigombera
Impumuro nziza
Kibobeza umuhogo
Umuntu agatuza akanezerwa
Atarinze yisukamo ibiyobyabwenge

Ese nawe
Wakwinywereyeho
Ukumva ukuntu
Kigufasha
Ukagira Ubuzima
Bwiza ?

Ibigukikije

Mwiza nkunda
Ukeneye ibiyaga
Ukeneye ibiti
Ukeneye ibibabi
Ukeneye ibibaya
Ukeneye ibyatsi
Ukeneye inzira
Amashyamba
Ibisimba
N'inyoni

Bishimire
Bigushimire
Byubahe
Bikubahe
Biririmbire
Bigusubize

Rambura agasambi
Wicare hasi
Urebe iruhande rwawe
Urabona iki ?
Urabona utunyoni
Urabona uturabo ?

Urabona ibiti ?
Inyanja ?
Cyangwa se ibiyaga ?

Reba hejuru
Humiriza
Humeka
Umva umuyaga
Ugukoraho
Umva umuyaga ukuvura
Umva umuyaga
Ukongorera ko mubaye umwe

Umva.

Vuga

Mwiza agahinda
Burya gashira
Iyo ufashe umwanya
Wo kukavura
Ukagira uwo ukabwira
Ukicara ukamutekerereza
Uko wumva umeze
Mu mutima wawe
Maze akaguhumuriza

Niba wumva
Warahungabanye cyane
Wigira ubwoba bwo gushaka
Uwo uvugisha
Ukamubwira
Ko wumva utameze neza
Ko wumva ufite agahinda gakabije

Ntugatinye
Kugana abaganga
Bazi kuvura ibijyanye
N'indwara zo mu mutwe
Kuko bazi gukiza
Ihungabana

Kandi bafite umutima
Wo kukumva nta kugutoteza
Ngo bakumvishe ko
Agahinda ubamo
Wakiteye

Vuga ibikubabaza
Uvuge ibikubangamiye
Vuga ingorane uhura nazo
Uvuge imitego watezwe
Vuga uko waramutse
Uvuge uko wiriwe

Vuga uko umerewe
Mu mutima wawe
Uvuge uko ubona ubuzima
Vuga uko ubona ejo hazaza
Vuga impamvu wishimye
N'impamvu uhangayitse

Vuga kuko birafasha.

Imigisha

Bara imigisha yawe
Ese usanze
Ufite myinshi
Kurusha iyo wakekaga ?

Bara imigisha yawe
Kuko dusigaye duharaye
Kwitotomba gusa
Kandi dufite n'ibigenda neza
Byinshi mu buzima bwacu

Bara imigisha yawe
Ntiwibagirwe na twa tuntu duto
Twa tundi wibwira ko
Turi mu burenganzira bwawe
Cyangwa ko waturuhiye
Kandi ari imigisha

Umwe, ibiri, itatu.
Bara imigisha yawe.

Intambwe

Intambwe nto
Ntizibaho
Iyo ugana imbere
Zose ziba ari ndende

Kugerageza kumwenyura
N'ubwo waba ufite agahinda
Ni intambwe ndende
Ikwiriye
Umudali w'ishimwe

Kubona ikiza ufite
N'iyo cyaba kimwe rukumbi
Mu bibi bikugarije
Ni intambwe ikomeye cyane
Ikwiriye gutangirwa gihamya

Kugira ikizere
Ko uzakira n'iyo waba urembye
Ni iyindi ntambwe utakwirengagiza

Gutinyuka
Ukagira ibyiringiro
N'ubwo waba

Ufite ibibazo
Bingana umusozi
Ni zo mbaraga zawe
Ni zo ntambwe ndende zawe

Intambwe ziganisha ubuzima imbere
Zitangirira mu mutima.

Andika

Mwiza kwandika
Bitanga imbaraga nyinshi
Kandi bigakiza
N'ibikomere

Andika
Ijambo ku rindi
Rota, tekereza, himba
Setsa, rotesha

Andika
Ijambo ku rindi
Hanga ubuzima
Bumba isi, tonganya
Cyaha, taka

Andika
Ijambo ku rindi
Taaka
Inyenyeri
Ibiyaga
Imisozi
Ibibaya

Andika
Ijambo ku rindi
Bara inkuru
Riza, yobora
Sakuza,
Senga, takamba
Sogongeza
Humuriza

Andika
Birafasha
Biraruhura
Birubaka
Bibeshaho.

Andika.

Arashaka

Mwiza
Arashaka gukunda abandi
Atiyibagiwe

Mwiza
Arashaka gushimisha abandi
Atiyibagiwe

Mwiza
Arashaka gufasha abandi
Atiyibagiwe

Mwiza
Arashaka kumva ibitekerezo byabo
Atiyibagiwe

Atibagiwe uwo ari we
Atibagiwe inzozi ze
Atibagiwe ubuzima bwe
Atirengangije amahitamo ye
Atigomwe ibyishimo bye

Fata agapapuro
Wandikeho

Aya magambo
N'izina ryawe
Wumve ukuntu bituma
Utuza.

Inani na rimwe

Uwavutse
Yavutse inani na rimwe
Uwabyaye yabyaye inani na rimwe

Mwiza ntiwahora
Witonze, uteze
Imisaya yombi
Abantu baguhutaza

Abagukabiriza
Jya ubabwiza inani na rimwe
Warakuze ntugatinye
Kubwiza abagusagarira
Ukuri
Kugira ngo nawe
Bakureke utambuke
Bakureke ubeho
Bareke kugucura umwuka
Bareke kukwangiriza Izuba
Bareke kukurira Ukwezi

Vugisha inani na rimwe
Kwakundi wicisha aha
Ukinyuza aha

Byose ntubivuge
Bikwigisha kurimanganya
No kudagadwa
Nta n'icyo bikungura

Vugisha inani na rimwe
Udashyizemo amahane
Utarunzemo amananiza
Utavanze amasaka
N'amasakaramentu

Vugisha inani na rimwe
Utuje kandi wemye

Maze wigendere.

Ibitabo

Ibitabo ?

Soma iby'ubupfura
Usome n'iby'ubutindi

Soma iby'ubwiza
Usome n'iby'ububi

Soma iby'amakuru
Usome n'iby'amateka

Soma ibyo kurindagira
Usome n'ibyo gutuza

Soma ibyo guteka
Usome n'ibyo guterekera

Soma iby'ubutwari
Usome n'iby'ubugwari

Soma iby'agahinda
Usome n'iby'agatwenge

Ibitabo ?

Soma iby'urukundo
Usome n'iby'amakimbirane

Soma iby'urwango
Usome n'iby'ubwirasi

Soma iby'intangiriro
Usome n'iby'amaherezo

Soma iby'urupfu
Usome n'iby'ubuzima

Ibitabo ?

Soma ibikubabaza
Usome n'ibikubaka

Soma ibikuvuga
Ugerekeho ibikuvuguruza
Usome n'ibikuvugisha

Soma ibigucecekesha
Usome n'ibigusaza

Soma ibigutota
Ugerekeho ibigutonda
Usome n'ibigutoteza

Soma ibigusigura
Usome n'ibigusiga

Soma ibikuroha
Usome n'ibigukiza

Soma ibigukwama
Ugerekeho ibikwandagaza
Usome n'ibikondora

Soma iby'ubwisanzure
Ugerekeho iby'uburoko
Usome niby'uburakari

Soma ibyo wabuze
Usome n'ibyo wabonye

Soma impamvu aho kuyibaza
Ni bwo uzayimenya neza.

Tuza

Fata akarago
Ugasase ahantu hatuje
Ha handi hitaratse
Hihishe abahisi n'abagenzi

Rekeraho gutekereza
Maze ibisakuza
Byose mu mutwe wawe
Ubicecekeshe

Ibigusenya nibiceceke
Ubwoba bwawe nibuceceke
Ibyagushavuje nibiceceke
Ibyakugaraguye nibiceceke

Ubwo bituje
Ngaho hamagara umutima wawe
Maze muganire nta rusaku
Wubaze uti
Waramutse mutima wanjye ?
Uwutege amatwi ukubwire
Uko umeze nta buryarya.

Iby'ingo

Yewega nshuti mwiza
Uwavuga iby'ingo
Akabishakira n'amategeko
Bigenderaho
Ntiyamara kabiri

Urabizi se mwiza wanjye ?
Ingo uko ziba zimeze
Mu by'ukuri
Biba bizwi
Na ba nyirazo bonyine
Dore n'abo musangiye igipangu
Wibwira ko uzi ibyabo byose
Kuko iyo bakundanye
N'iyo bashwanye wibwira
Ko ubyumva ukanabibona
Ariko umenye ko
Mu mitima yabo
Utazi ikirimo

Iby'ingo wabibwirwa n'iki ?
Ko utabirebesha amaso gusa ?
Ko utabyumva n'amatwi gusa ?

Umva nawe
Hari amakwe twatashye
Tuvuga ngo ingo zayo
Ntizizamara kabiri
None zirarambye
Kandi zirahiriwe

Andi na none twayatashye
Twizeye abageni
Tuzi ko bazubaka
Nta gushidikanya
Bukeye barasenya

Ingo zubatswe ukwinshi
Hari n'izo ukeka
Ko zibamo amahoro
Ukayifuza mu rwawe
Wibaza icyo wowe
Utakoze ngo uyagire
Kandi mu by'ukuri
Zicecetse kuko ba nyirazo
Barushye guterana amagambo
Bagaterera iyo
Bakicecekera

Hari n'izindi zibeshya
Zigendera kuri wambonye
Abantu bakifuza
Umucyo wazo
Kandi ibyazo
Byarazambye kera

None rero mwiza
Urugo rwawe
Ni wowe uzi
Aho ruherereye
Mu by'ukuri
Inzitizi n'umuruho byarwo
Ni wowe ubizi
Ibyishimo byarwo
Ni nawe ubizi

Ingo z'abandi
Ntukazitindeho
Ngo uzivugeho byinshi
Wumva ko ibyo utekereza
Ari amahame ahantu hose

Ntugaseke umuntu
Ngo arakazwa n'ubusa
Cyangwa se ngo yihanganira
Ibitihanganirwa
Mu rugo rwe
Kuko icyo umutima w'umwe
Wihanganira
Siko uw'uwundi wakihanganira
Icyo umwe ababarira
Si cyo n'undi ababarira

Ntugaseke abasenye
Kuko icyabiteye
Giterwa n'uko
Imitima yabo iteye
N'uko hagati yabo

Bo ubwabo
Bari bameranye
Kandi nawe byakubaho
Kuko nabo ntibubatse
Bifuza gusenya

Abakugisha inama
Ntukababwire amagambo
Meza, ushaka kubikiza gusa
No kutiteranya nabo

Mwiza ndagusabye nkomeje
Ntukazane ibya "Ni ko zubakwa"
Ubona abantu bashavuye
Kuko bibakomeretsa kurushaho
Aho ubona umwe akabya
Cyangwa ababaza undi cyane
Ujye uhavuga wenda wabanje kwisegura
Kuko abantu twese ntitubona ubuzima kimwe

Mwiza ndakubwiye
Kubaka birakomeye
Uwavuze ngo urugo rwiza
Uruhabwa n'Imana
Ntiyakabije
Ariko iyo Mana ntizaza ngo
Ikore byose mwigaramiye

Ingo ziba nzima
Iyo abantu bafashe igihe
Cyo kuba hamwe
Bakagira umwanya wo kuganira

Kujya inama no gukundana
Abo Imana irabakunda
Ikabagenderera
Kuko nabo
Biha amahirwe
Yo kubaka urukundo rwabo

Rwose ndakubwiye
Nta muntu wubatse
Atarabifatiye umwanya
Atigomwe byinshi
Ngo urugo rwe
Rukunde rurambe

Burya iby'ingo
Bimenywa na ba nyirazo bonyine
Ni bo ubwabo baba
Bazi uko bameranye
Ni nabo ba mbere
Bagomba kwishakamo ibisubizo
Iyo ibibazo bibugarije

Ikintu navuga
Uzamagana utizigamye
Nukibona
Ni ihohoterwa ryo mu ngo
Iryo ari ryo ryose
Ni cyo kibi mu ngo
Kidasubirwaho.

Humeka

Humeka ikirere kiza
Humeka urebe ubwiza bwawe
Uhumeke ushime ubwigenge bwawe

Humeka utekereza ibyo utarageraho
Humeka utekereza
Ibyo wakoze bikakubaka

Humeka wumve urukundo
Ugira mu mutima wawe

Humeka wiyoroheje
Wumve imbaraga zawe
N'intege nke zawe
Humeka wumve
Amahoro mu mutima wawe

Humeka.

Iby'injyana

Iby'injyana
Bireke bikujyane
Kuko bituma umutima wawe
Uririmba maze ukanezerwa

Inanga
Umuduli
Amayugi
Ingoma
Gitari
Piyano
N'ibindi
Dore byiza
Dore umuziki
Dore injyana

Kina kimwe muri ibyo
Fata intoki zawe
Zigikine
Maze wumve
Umubiri wawe
Wose uko umererwa neza

Burya iyo ukora umuziki
Ukoresheje icyuma
Cyangwa uvuza ingoma
Mugeraho mukaba inshuti
Magara

Gukina umuziki
Birinda ubwigunge.

Tembagara

Igitwenge wee !
Mwiza ko igitwenge
Cyawe gikomanga
Ku biyaga
Amafi agashwanyuka
Abasare bagatwarwa
Ukwezi kukiyamira
Wagiye useka kenshi ?

Seka utembagare
Ukwenkwenuke
Ngo kwee
Ijuru rifunguke
Mu mutima haruhuke

Seka utembagare
Urebe uko abandi
Bakwegereye
Nabo baseka
Kandi batanazi
N'ikigusekeje

Oya wikwihangana
Seka amarira aze mu maso

Ugere aho unumve
Utakibishoboye
Ushake kwifata bikunanire
Maze usekeee
Wumve ukuntu
Umererwa neza
Nyuma yaho

Tembagara
Ubuzima ni bugufi.

Kina !

Kina unakirane
Kunda umukino
Ubikabirize
Kuko amasomo uhungukira
Ni amwe nk'ayo mu buzima
Busanzwe

Ese iyo utsinzwe urarakara
Cyangwa se utsindwa neza
Utanduranije ?
Bigutera umujinya se
Cyangwa biragusetsa
Ukizera ko uzatsinda ikindi gihe ?

Kina uhure n'abandi
Mwishimire umukino

Iba
Kwiba mu mukino
Si byiza
Ariko bikore, ubyerekane
Mu rwego
Rwo gusetsa

Ariko ni akazi
Kawe, nibidasetsa
Bakakubuza kongera gukina
Ntuzavuge ngo ni njye
Wagushutse
Kuko sinzaba mpari

Nihitiraga.

Mu gitondo

Mu gitondo
Ujye ubyuka kare
Ubanze kuganira
N'umutima wawe
Mbere yo kujya
Mu mirimo inyuranye

Ujye ubanza kuwubwira
Ko ufite agaciro
Ko urawurinda
Icyawuhungabanya
Umunsi wose

Wubwire ko
Utagomba gutotwa
N'ibibazo byabaye ejo
Ko ufite amahirwe
Yo gutangira undi munsi

Wubwire ko umunsi utangiye
Ari umunsi mushya wo gutuza
Ni umunsi mushya wo gukunda
Umunsi mushya wo kwiyubaka
Umunsi mushya wo gukundwa.

Byina

Wubyine
Uwumene
Uwuceze
Uwudihe
Uwusakate

Byina yewe
Byina batangare
Kuko n'ubundi batangara
Ntacyo wakoze

Byina baseke
Kuko n'ubundi baguseka
Utanakomye

Byina barire
Kuko n'ubundi
Baririra amahoro yawe

Byina bakurebe
Kuko n'ubundi
Bagukanurira n'iyo utuje

Byina bakurote
Kuko n'ubundi
Bagutindaho n'iyo udahari

Byina tugukunde
N'ubwo n'ubundi tugukunda
Nta cyo uduhaye

Mwiza wee
Ceza bakwange
Ceza biyahure
Ceza biyange
Ceza bijugunye
Ceza nk'abatakureba
Ceza nk'utabizi
Ceza nk'utabishaka
Ceza nk'uwatorotse

Manuka nk'utagira isoni
Ikarage nk'uwataye umutwe
Izunguze nk'ifaranga
Itere hejuru
Nk'itenesi
Serebeka nk'umuserebanya
Vuza akaruru
Nk'uwo bibye
Sakuza
Nk'uwahanzweho
Ruhuka gato
Iyakire wihe amashyi

Ongera.

Mu mutwe wawe

Mu mutwe wawe
Byose biragonganye
Byose birarwanye
Byose bibaye insobe
Byose birijimye
Byose bibaye bibi
Byose birivuguruje
Byose birasakuje
Byose birazambye
Byose birajaguye
Byose birahungabanye

Tuza
Tegereza mu mahoro

Noneho
Byose birahagaze
Byose birikoze
Byose biratuje
Byose biranoze
Byose birakeye
Byose birasobanutse
Byose birajyanye
Byose biraruhutse.

Ahwii.

Uzakira

Mwiza, wibaza niba nawe
Uzongera kumwenyura
Ukicara mu bandi
Ukaba umuntu

Mwiza, wibaza niba
Uzongera kwishima
Ugashira agahinda
Ukongera ukabaho
Uko ubyifuza

Izuba rizarasa,
Rirenge rihinguke
Inyenyeri zishashagirane
Ziharire urumuri rw'umunsi
Imvura izagwa ihite
Umuhindo uhinde
Uhinduke Impeshyi
Nayo itashye itahe
Ariko wowe uzaba urimo ugaruka
Umutima wawe uzaba urimo kwisana
Buri munota buri saha
Maze ku gicamunsi cy'umubabaro wawe
Ubuzima bwiza bukugenderere

Intege zikore ku nyenyeri
Umutima wawe uzanzamuke

Ndakureba
Nkabikubwira
Nkabona utabyumva
Kuko ku munsi wa none
Urakihisha Izuba
Ukiheba cyane
Ariko nta kizabuza
Ibikomere byawe gukira

Uzakunda uwo uri we
N'ubwo wagira ibyo winengaho
N'ubwo abandi bazagusaba kubakunda
Mbere y'uko wikunda
Ntabwo uziyibagirwa
Kandi nabo uzashobora kubakunda
Uko bikwiye

Uziyubaka maze unezerwe
N'ubwo hari igihe utabyiyumvamo
N'ubwo ibikomere byawe
Bikikubabaza buri munsi
Bikakubuza kubona imbaraga
N'ubushobozi bwawe

Akarusho ni uko ubishaka
Kuko burya n'abatabyitaho
Igihe kigeraho kikabondora
Nkanswe wowe

Mwiza ubisabira umutima wawe
Buri kanya

Mu mutima wawe harimo ubushake
Mu mutwe wawe harimo ubushake
Mu biganza byawe harimo ubushake
Ni iki kizakubuza
Kubaho neza ?

Ndabikubwiye
Kuko ubikwiye
Ejo hazaza
Ufite ubuzima bwiza.

Ikosa

Mwiza wanjye
Urabizi se ?

Gushaka kubaho, nta kosa ririmo
Kwiringira ejo hazaza, nta kosa ririmo
Kuba wowe, nta kosa ririmo
Gushaka kwigenga, nta kosa ririmo

Kugenda, nta kosa ririmo
Kugaruka, nta kosa ririmo
Guceceka, nta kosa ririmo
Kuvuga, nta kosa ririmo

Kuba ikirangirire, nta kosa ririmo
Kugwa mu mitego, nta kosa ririmo
Kongera ukeguka, nta kosa ririmo
Kwiga gushishoza, nta kosa ririmo

Gushaka ibisobanuro, nta kosa ririmo
Kutajya muri byose, nta kosa ririmo
Gufata ubuzima uko buri, nta kosa ririmo
Kudakunda abantu bose, nta kosa ririmo

Kubaho kwawe, nta kosa ririmo
Kubabara kwawe, nta kosa ririmo
Gukundwa kwawe, nta kosa ririmo
Kwizera kwawe, nta kosa ririmo

Gusabana n'abandi, nta kosa ririmo
Kwishima kwawe, nta kosa ririmo
Kubyina kwawe, nta kosa ririmo
Gucuranga kwawe, nta kosa ririmo

Kurira, nta kosa ririmo
Guseka, nta kosa ririmo
Kuruhuka, nta kosa ririmo
Gutinyuka, nta kosa ririmo

Gushaka kwiyubaka, nta kosa ririmo
Shenge mwiza.

Gusezera

Izuba ryarenze

Izuba ryarenze
Amataha arageze
Amacanira ntansanga hano
Dore noneho
Si ugutinda
Ndabona nintagenda
Ndagutaramira
Bikamviramo kurara
Kandi ugomba kuruhuka

Nshuti muvandimwe mwiza
Nakwibiye amabanga
Menshi kandi akomeye
Aho nabaye nk'ugutota
Umbabarire
Amarangamutima yanjye
Burya hari igihe
Antamaza

Aho nagutatse
Ukumva ndakabya
Umenye ko n'ibyo
Nakubwiye bitari bihagije
Umbabarire nabihinnye

Kuko ngutekerereje
Iby'ubwiza bwawe bwose
Nta kindi nakora
Mu buzima
Uretse kukuvuga
Ibigwi gusa

None rero mwiza ndagushimiye
Uko wanyakiriye nabishimye
Uko wanteze amatwi
N'uko wanyihanganiye
Byanyuze numva
Nakuguma iruhande
Ariko ndagiye
Nzagaruka kugusura
Bitari vuba cyane
Kubera yuko
Ukeneye umwanya
Wo gutekereza
Ko byo nakubwiye
Ntakurogoye

Dore Izuba ryarenze
Ariko nk'uko nakubwiye
Mu mitima yacu dufite Izuba
Rihora ricanye igihe cyose
Iyo rirenze hamwe
Ni uko riba rihingutse ahandi
Kandi mu kanya
Ukwezi kuragaragara
Ariko kuba guhari iteka
Ni uko tutakubona igiye cyose

Ni nka za mbaraga zawe z'umutima
Nakubwiraga

Uzangaye kukubwiza ukuri
Uzangaye kudahusha
Cyangwa se ngo mvugaguzwe
Ahantu ugeze nanjye ndahumva
Ha handi h'amahitamo
Akomeye ku buzima bwawe
Ni yo mpamvu ukeneye
Inama zidakuka
Inama zinoze
Inama zitabeshya

Ibyo nakweretse
Si byose ariko
Birahanitse
Ariko kandi mwiza
Ndakwinginze
Sinzakubone wiremereje
Ngo ni ko nakubwiye kubigenza
Unyumve neza
Aho navugaga
Ko ugomba kwifata neza
Si ukwigagaza nakubwiraga
Uzajye unishimisha
Usahinde n'abandi
Unakunde ubuzima
Nabyo ni ingenzi

Aho nakubwiye
Gukora ibigusaba

Ubushobozi udafite
Bwaba ubw'umutima
Cyangwa se ubw'amafaranga
Nkweretse ibiganza byanjye
Utuze, umbabarire
Icyo nkwifuriza ni ukubigeraho
Ntabwo byari ukukwishongoraho
Kuko sinabikora ngukunda

Ubuzima
Ni bugufi kandi
Kuri iyi si twese turi abagenzi
Uzakore uko ushoboye
Ni cyo cy'ingenzi.

Agashinguracumu

Umunsi umwe

Mwiza wanzinduye
Mu rubungubungu
Ukangeza hano iwawe
Mu makama
Umpaye agashinguracumu
Ndanyurwa
Burya ubupfura
Bwawe si ubufindo
Dore ufite n'umuco
Ni impamo ya Nyiribiremwa
Ntituzacika ngo tuzime

Rwose nshimishijwe
N'uko naba nigishije
Uwo nagakwiye
Nanjye kwigiraho
Ariko se n'ubundi
Muri ubu buzima
Si ko bimeze ?
Abantu ntibasimburana
Uyu munsi nkaba mwalimu wawe
Ejo ukaba mwalimu wanjye ?

Mu gihe utumye
Umwana ngo agende
Azane inkoni yanjye
Reka nkubwire
N'ikindi nabonye
Hanyuma nsoze
Mpaguruke ngende

Mbona utigirira
Ikizere kinshi
Kandi ufite ubushobozi
Bwinshi kandi bwiza

Ariko mwiza nkunda
Mwiza uruta aba bose nzi
Abo nazimaniye
Abo nazindukiye
Abo nazanzamuye
Abo nazirikanye
N'abo nazinutswe
Ndabikubwiye
Ndaguhanuriye
Umunsi umwe
Uzibona uko uri
Ubone ubwiza
Bwawe bwose
Umubiri utoshye
Ibiganza binoze
Umutima ukunda
Umutwe ukeye

Umunsi umwe
Uzabona ko uri mwiza
Ku mutima bihebuje
Uri mwiza uko bikwiye
Kandi uzakomeza urenge
Ubwo bwiza
Nufata umwanya munini
Wo kwitekerezaho

Icyo nkwifuriza
Si ukwikunda
Ukitaka bikabije
Utazaba nka ya nkumi
Bashimye ingendo
Ikarenga iwabo

Icyo nkwifuriza
Ni ukumenya
Agaciro k'ubuzima bwawe
Hanyuma ukishima
Ukiyumvamo
Akanyamuneza

Umunsi umwe
Uzarekeraho gutinya
Uzareka abandi nabo
Babone ibyiza
Bikuri ku mutima
Maze ubanezeze

Umunsi umwe
Wenda ni ejo

Cyangwa se ejobundi
Humura bizaza
Bizagera aho utuze
Unatunganirwe

None rero
Twubahirize
Agashinguracumu
Tuganire
No ku zindi ngingo
Ibyawe tubisubike
Tuzabigarukaho
Ubutaha.

Izindi ngingo

Icyampa

Icyampa
Ngasubirana ubuto bwanjye
Nkabona imisozi
Y'i Rwanda nasize
Nkayitura
Umukunzi nifitiye
Maze tugasezerera
Agahinda

Icyampa
Ngasubirana ubuto bwanjye
Ngasanga ibiyaga by'i Rwanda
Nanyazwe
Nkabitura
Umukunzi nifitiye
Maze tukayagira
Abandi bakunzi

Icyampa
Ngasubirana ubuto bwanjye
Ngasanga amata y'i Rwanda
Natamujwe
Nkayatura umukunzi nifitiye

Maze nkamutetesha
Agatarama agatuza

Icyampa
Ngasubirana ubuto bwanjye
Ngasanga ibibaya by'I Rwanda
Nababariyemo
Nkabitura umukunzi nifitiye
Akabibura imbabazi

Akambabarira.

Igitsina

Igitsina
Wagira ngo kije
Vuba aha
Bimeze nk'aho
Hashize igihe gito
Bakiranguye Dubai

Baragiharaye
Nk'agashya
Bakabyuka bakivuga
Ku mbuga nkoranyamahanga
Bakakirata ibigwi
Nk'aho ari ibishyimbo
Bejeje
Nyuma ya saa sita
Na nijoro ni cyo babamo
Bakagisomesha inzoga
N'inzigo

Iyo hagize
Uhaguruka
Akamagana izo ngeso
Zitesha agaciro
Bamuvugiriza induru

Ngo ceceka
Tureke twibereho
Mu bwisanzure
Bw'umubiri

Igitsina ni ingenzi
Mu buzima
Mu rukundo
No mu kubyara
Ariko na none
Kigombera umwanya
Ubwitonzi
N'ubushishozi

Ubabwira ko iyo
Utitonze kimena
Ubwonko
Ntibabyumve
Bagaseka bagahirimanga
Bagisinze
Bakakwita
Amanjwe
Igishwi
N'amaheru

Ibyo bakora
Ubyita kwiyandarika
Bagasara
Bagasizora

Nyamara
Dufite ibibazo

Mwa babyeyi mwe
Nihatagira
Uganiriza aba bato
Bakunzwe
Akabavana
Mu buroko bw'igitsina
Sinzi uko ejo hazamera

Ngayo, nguko.

Ukuri

Nyiracwende wacu
Uko tumworoye
Ni twe tubizi
Aravuga
Ngo arakunda
Navugishe ukuri

Kinyoma wacu
Uko abeshya
Ni twe tubizi
Aravuga
Ngo ni impamo y'iki
Navugishe ukuri

Nyirabugugu wacu
Ibyo yarunze
Ni twe tubizi
Aravuga
Ngo arakennye
Navugishe ukuri

Rwango wacu
Uko tumeranye
Ni twe tubizi

Aravuga
Ngo arababarira
Navugishe ukuri

Maganya wacu
Uko ahora yitotomba
Ni twe tubizi
Aravuga
Ngo nta mahirwe agira
Navugishe ukuri

Shiduka wacu
Ubwoba agira
Ni twe tubuzi
Aravuga
Ngo afite amahoro
Navugishe ukuri

Matiku wacu
Uko anegurana
Ni twe tubizi
Aravuga
Ngo ni umuntu mwiza
Navugishe ukuri

Inzererezi zacu
Uko zizenguruka
Ni twe tubizi
Ziravuga ngo ntaho zijya
Nizivugishe ukuri

Abasambanyi bacu
Uko bahemuka
Ni twe tubizi
Baravuga ngo bari mu rukundo
Nibavugishe ukuri

Abanebwe bacu
Uko baryama
Ni twe tubizi
Baravuga ngo barananiwe
Nibavugishe ukuri

Nyiramuswa wacu
Uko atinya ibitabo
Ni twe tubizi
Aravuga
Ngo Mwalimu aramwanga
Navugishe ukuri

Ukuri.

Dushake

Dushake uko dusana imitima yacu
Izuba ritararenga
Inyenyeri zitarazima
Inyange zitarirabura
Ijuru ritaratugwaho
Ukwezi kutaratumira

Dushake uko dusana imitima yacu
Ibicu bitarabirinduka
Ibicuma bitarameneka
Ibiganza bitarababuka
Ibisheke bitarasharira
Ibibi bitaraganza

Dushake uko dusana imitima yacu
Abahetsi batararuha
Abahisi bataraduseka
Abagenzi bataratwandagaza
Ababyinnyi bataranga gutarama

Dushake uko dusana imitima yacu
Inkongoro zitarasaduka
Imbehe zitarubama
Inyoni zitaracika

Inzozi zitarasibama
Inyanja zitarafatana

Dushake uko dusana imitima yacu
Imitwe itarasandara
Imico itaracika
Imigezi itararengera
Imitoma ikiri mu mizi
Imitako ikiri mu mazu

Dushake uko dusana imitima yacu.

Aramuhonda

Aramuhonda
Akamubeshya
Ko ari ko bakunda
Undi agashaka
Kugenda
Ati bizaguhenda

Aramuhonda
Akamubeshya
Ko azabireka ejo
Ariko ejobundi
Akaba undi umutindi

Aramuhonda
Akamwangiza
Yarangiza
Akamwinginga
N'undi akamwemerera
Kuko atinya kwigunga

Aramuhonda
Akamuriza
Yarangiza
Akamurerembuza

Aho bukera
Azamurimbura

Ababizi
Barebera
Nimuhaguruke
Igihe ni iki
Azageraho amwice
Nimudatabara.

Uburenganzira bw'imitima

Imitima yose
Ifite uburenganzira
Bwo kubaho mu mahoro
Ikava mu byo yaba irwana
Nabyo byose
Igasubira mu gitereko

Imitima yose
Ifite uburenganzira
Bwo gutuza
Yaba ari imitima yakomeretse
Imitima inambye
Imitima yishimye
Imitima ihungabanye
Imitima irwaye
Cyangwa se imitima yagergejwe

Imitima yose
Ishobora guhindura
Amateka yayo
Igakabya inzozi zayo
Igakira ibikomere byayo
Igakira imibabaro yayo
Igaca imigozi y'ibiyikandamiza

Ibiyitoteza
Ibiyipyinagaza
Ikihitiramo uko ibaho
Abo ikunda
N'abo inenga

Imitima yose ifite
Ubushobozi bwo gukunda
Mu buryo bukomeye
Mu buryo buhamye
Mu buryo bunoze
Ifite ubushobozi bwo kurota
Ibitangaza
Ikarota Izuba
Ikarota inyanja
Ikarota Inyenyeri
N'imisozi
Myiza itatse u Rwanda
Ni ko gukira kwayo
Ni ko kubaho kwayo

Imitima yose
Iyo yibohoye
Ibikomere byayo
Ibaho neza.

Urukundo

Umusizi wasize avuze
Ngo urukundo ruruta byose
Yasaga nk'uwiganirira
Ariko ntiyatandukiriye
Ahubwo iyo adahita
Agenda akabihagurukira
Akarwigisha mw'ishuri
Wenda twari
Kurwubahiriza

Umusizi wasize avuze
Ngo urukundo ruruta byose
Yari ananiwe ariko ntiyavugishijwe
Ahubwo iyo atagenda vuba
Agategereza akaruhuka
Akarushyira mu byo dukeneye
Akadutoza kurushyira imbere
Mu byo dukora byose
Wenda twari
Kurwubahiriza

Umusizi wasize avuze
Ngo urukundo ruruta byose
Yaracumbagiraga ariko

Si rwo yari yasitayeho
Ahubwo yahuye narwo
Yarakomeretse cyane
Ruramwondora
Tumubona
Atarakira neza
Wenda iyo abitubwira
Twari kurwubaha

Umusizi wasize avuze
Ngo urukundo ruruta byose
Yari yabanje gushishoza
Aratekereza
Yari yabanje kubabara
Urukundo ruramuhembura
Yari yabanje kwikuza
Rumucisha bugufi
Yari yarubonye
Ruramurindagiza
Ararwanga
Biramunanira
Ararwakira
Maze ruramuhira

Umusizi wasize avuze
Ngo urukundo ruruta byose
Ntiyari yabirose
Ahubwo iyo atinda akadutoza
Kwigisha abandi
Ko urukundo
Ari isomo risumba ayandi

Wenda twari
Kurwubahiriza

Umusizi wasize avuze
Ngo urukundo ruruta byose
Yaragiye ararenga
Ariko ntiyarindagiye
Kandi ntiyahindanye
Kuko yarushyize imbere
Ya byose akiberaho mu mahoro.

Data

Najyaga nibaza
Ibibazo
Bireba ababyeyi
Data akambwira
Ati nzagusobanurira
Nugira abana

None bagenzi
Ndashavuye
Abana ndabafite
Ariko data ntagihari

Najyaga nkora
Amafuti y'abana bato
Data akambwira
Ati nizere ko uzakura
Nkareba uko uziseka

None bagenzi
Ndashavuye
Ndabyibuka nkiseka
Ariko data ntagihari
Ngo abibone

Najyaga nurira ibiti
Nyogokuru akambuza
Ati urahanuka
Nkanga akandega kuri data
Maze nkiruka
Bombi bagaseka

None bagenzi
Ndashavuye
Na nyogokuru
Yigendeye ntashoboye
Kumusezera

Najyaga ndakara
Banyimye uruhushya
Data akambwira
Ati iyo urusabye
Uraruhabwa
Cyangwa se
Bakarukwima

None bagenzi
Ngire nte
Ko umwana arize
Ngo mwimye uruhushya
Kandi nta data nkigira
Ngo mubwire ko
Ubu namwumvise ?

Ibyo ari byo byose
Narakuze
Ibyo atambwiye

Ubuzima bwabinyerekeye
Mu mubabaro
Wo kwihutira gukura

Ngo umutima w'imfubyi
Watanze umutwe
W'umusaza kumera imvi.

Guhaguruka

Urabeho

Mwiza nazindukiye
Mwiza naganirije
Mwiza nahumurije
Mpereza inkoni yanjye
Mpaguruke ngende

Urabeho buzima bwiza
Nzajya nca ku rugo
Ngusuhuze gusa
Nikomereze

Nzategereza ko ari wowe
Uzansaba ngo twongere tuganire
Dore uyu munsi ni njye
Wari wabigusabye
Kuko nabonaga ari ngombwa
Burya ndaguhaye
Iruta ndakuzirikana
Nakuburiye
Ariko na none sinzakuvogera

Ibyo nakubwiye
Ubikoreshe icyo ushaka
Kuri bimwe uzasanga

Wenda nkabya
Uzambabarire
Na njye ndi umuntu

Uzakore icyo umutimanama
Wawe uzakubwira
Nta cyo bizantwara
Kuko aya si amategeko
Naguhaye
Ni amabanga y'ubuzima
Naguhishuriraga
Nkurikije uko nanjye nayabonye
Byaba mu muruho
Cyangwa se mu byishimo
Cyangwa se mu byo
Nagiye mpishurirwa
N'abangendereye
Nk'uku nakugendereye

Ibi byose nkubwira si uko
Mbikurikiza
Nanjye ndi nkawe
Mfite inzira yanjye
Yo kwiyubaka ndimo
Mfite amajoro yanjye
Ndamuka bingoye
Nkagira
Inyenyeri n'Ukwezi byanjye
Bindinda kwiheba
Nkanagira n'Izuba ryanjye
Ritajya rintererana

Urabeho mwiza
Natangiye nkubaza
Nti mbese waramutse
None ubu ndakubwiye
Nti uramuke

Ejo, n'ejo bundi nabwo
Uzaramuke
Urabeho buzima bwiza.

Intashyo

Warahindutse

Waramutse mwiza wanjye
Warakoze kuntumira iwawe ejo
Gusabana n'inshuti zawe
Watwakiranye umucyo n'ubwuzu
Turanyurwa

Narishimye kukubona
Ariko reka nkubwire
Icyanshimishije
Kurusha ibindi

Nabonye warahindutse
Ntukimeze
Nk'uko nagusanze umeze
Nkugenderera
Usigaye ugaragaza ibyishimo
Bidasanzwe mu maso

Warahindutse wee
Wasannye ibikomere byawe
Ba bandi baguteshaga
Umutwe n'igihe
Sinababonye iwawe
Wagumanye inshuti

Z'inyangamugayo gusa
None ugenda wemye
Useka
Ugirira neza abo muhuye
Nabo bakeneye gukira

Mwiza ibuka ukuntu
Wagiraga ubwoba
Ukuntu wari ushavuye
Ukuntu wari warangiritse
Ukuntu wibwiraga ko
Utazakira ibikomere byawe
Ukuntu wari hasi
Warakubititse
Nta ntege ugifite
Ikizere ari ntacyo

Ibuka
Imbaraga zawe
Ubutwari bwawe
Ukeguka
Ukava hasi
Ugapfukama
Ukicara
Ugahaguruka
None ubu ukaba
Uhagaze wemye

Imbaraga zaragarutse
Ikizere kirakura
Intege zirazamuka

Ubayeho neza
Ni ukuri

Warahindutse
Biragaragara ko witekerejeho
Ukiganiriza
Wibaza ibibazo nyabyo
Wishakamo ibisubizo bikwiye
None wakize
Wabaye umuntu
Weguye umutwe
Urakeye

Waricaye uritonda
Wakira amateka yawe
Aremereye
Ufata amahitamo yo
Kongera
Gukunda ubuzima

Warahindutse
Wiyemeza kwigabira
Na twa tuntu duto
Tugushimisha
Twa tundi tutagurwa
Twa tundi tutaguranwa
Twa tundi tudatirwa
Twa tundi tukurema umutima

Warahindutse
Waratuje uganira n'umutima wawe
Uburakari n'umujinya

Biragabanuka
None ndabona byashize
Byo kabura ntibigaruke
Byo karenga ntibihinguke

Warahindutse ni impamo
Kandi wagiye uhinduka
Buhoro buhoro
Baguseka ngo
Ni bya bindi
Byo guharara amahoro
Yo mu mutima
Ntibizaramba
Njye nkabumva nkinumira
Kuko nibukaga ibyo
Twaganiriye

None ubu
Wiyakiriye
Wakeye bidasubirwaho
Watse, urasa nk'Inyenyeri
Usekera Ukwezi
Ugatinyuka Izuba
Urashashagirana

Baho !

Aho nakuye inyandiko zimwe na zimwe

Imigani myinshi iri muri kino gitabo nagiye nyibwirwa n'abantu banyuranye mu biganiro twagiranye kuva nkiri muto.

Iyo nashidikanyeho narayishakishije, indi mishya nyibona ku mbuga zikurikira :

https://rw.wikipedia.org/wiki/Imigani_migufi_y'Ikinyar wanda

https://fr-fr.facebook.com/640153962732834/posts/imigani-migufi-yikinyarwandaimigani-migufi-ari-yo-bakunze-kwita-imigani-yimigenu/893952314019663/

P. 166 : Ku nyandiko yitwa Iby'injyana, iri zina narihawe na Dady de Maximo Mwicira-Mitali ku wa 29/09/2021 ku rubuga rwa twitter. Twashatse ijambo ryavuga muri rusanjye ibikoresho umuntu akoresha mu muziki turaribura. Kuko nk'ingoma barayivuza ntibayicuranga. Dady arambwira ati iryo jambo rusange niba ritababo rihimbe, byite Iby'injyana. Warakoze kandi Dady. Ndashima cyane.

Ibiyaga nakunze kuvuga mu nyandiko ni uko nakunze ibiyaga cyane nkiri umwana. Ababyeyi banjye bombi bakomoka i Butaro muri Burera. Iyo twajyaga kwa ba Nyogokuru, twabonaga ibiyaga bya Burera na Ruhondo ku nzira. Ubwiza bwabyo bwamfashaga kwihanganira urugendo rwari rukomeye n'amashyushyu atabura gica yo kubona imiryango y'ababyeyi banjye.

Gushimira

Ndashimira abana banjye banyubaka cyane Allyson-Grace Musana na Ethan-Oliver Musana. Ndabakunda buzima bwanjye.

Ndashimira musaza wanjye Cyrille Uwukuli ku nama nziza yangiriye kuri kino gitabo.

Ndashimira inshuti yanjye magara Kayirangwa Marie-Josiane wamfashije gukosora kino gitabo. Kandi Josiane, ndagukunda cyane nshuti.

Ndashimira Ariane Bourbon wamfashije kugeza hanze kino gitabo.

Ndashimira umuhanzi nkunda wakoze igifuniko cy'iki gitabo, Mika. Rwose uri umuhanzi ukomeye cyane nubaha, kandi ibishushanyo byawe ndabikunda. Warakoze cyane.

Ndashimira abandi abavandimwe, inshuti n'umuryango wanjye ntavuze hano mu mazina.

Ndashimira abahanzi b'abanyarwanda batumye nkunda ikinyarwanda, nkanakomeza kukigira mu bihangano byabo, byaba indirimbo, ibisigo, ibitabo, n'ibiganiro byinshi bakora.

Ndabashimira mwebwe mukunda inyandiko zanjye, mugahora mumpa intege zo kubagezaho n'izindi. Iki gitabo ni icyanyu, kandi nticyari kuzigera kibona Izuba iyo mutantiza imbaraga zo kwandika no kubagezaho inyandiko zanjye.

Muri Zahabu yanjye mwese.
Murakagira amahoro y'Imana.

Aho wasanga umwanditsi Zaha Boo

Blog : www.zahaboo.blog

 : Zaha Boo auteure

Twitter : @Zaha_Boo

Instagram : Zaha Boo

Dépôt légal : 4ᵉ trimestre 2021

Composition : Ariane Bourbon

Illustration de couverture : Mika Twahirwa
(twitter : @mika_xh)